# தமிழர் திணை

நா.மம்மது

| | | |
|---|---|---|
| தமிழர் திணை | : | கட்டுரைகள் |
| ஆசிரியர் | : | நா.மம்மது |
| | : | © ஆசிரியருக்கு |
| முதல் பதிப்பு | : | டிசம்பர் 2016 |
| அட்டை வடிவமைப்பு | : | பி.எஸ். வம்சி |
| வெளியீடு | : | வம்சி புக்ஸ் |
| | | 19, டி.எம்.சாரோன், |
| | | திருவண்ணாமலை - 606 601 |
| | | செல்: 9445870995 , 04175-235806 |
| அச்சாக்கம் | : | மணி ஆப்செட், சென்னை-600 077 |
| விலை | : | ₹ 180/- |
| ISBN | : | 978-93-84598-42-6 |

| | | |
|---|---|---|
| **Thamizhar Thinai** | : | Articles |
| Author | : | Naa. Mammathu |
| | : | © Author |
| First Edition | : | Dec 2016 |
| Cover Design | : | B.S.Vamsi |
| Published by | : | Vamsi books |
| | | 19.D.M.Saron, |
| | | Tiruvannamalai-606 601. |
| | | 9445870995 , 04175-235806 |
| Printed by | : | Mani Offset, Chennai-600 077 |
| | : | ₹ 180/- |
| ISBN | : | 978-93-84598-42-6 |

www.vamsibooks.com - e-mail: vamsibooks@yahoo.com

காணிக்கை

நன்றிக்கோர் நண்பனாம், தோள் கொடுக்கும் தோழனாம்
**சு. சங்கரகுமரன்**

**நன்றிக்குரியோர்**

அழகிய அட்டைப்படம் தந்த வம்சி, கணினி தட்டச்சு செய்த சிந்து, பச்சோந்தி, குரு...

கலை அழகுடன் நூலை வெளியிட்ட வம்சிபுக்ஸ்...

இன்னும் அன்னகாமு, பிரேமா நந்தகுமார், ஏ.பேட்ரிக்...

# பொருளடக்கம்

நூலின் முகமாக ................................................................. 5

சியாட்டல் உரை ................................................................. 8

உயிர் காப்பாள் தண்ணீர் ................................................... 14

தமிழர் திணை ................................................................... 17

அகம் ................................................................................. 30

திணையும் பண் பாடும் பண்பாடும் .................................. 62

முல்லை ............................................................................. 89

குறிஞ்சி ........................................................................... 107

நெய்தல் ........................................................................... 139

பாலை .............................................................................. 158

மருதம் ............................................................................ 195

திணையில் 'யாழ்' ........................................................... 213

திணையில் 'பகுதி' .......................................................... 218

# நூலின் முகமாக...

மானிடன் இயற்கையின் ஓர் அங்கம். ஆனால் மானிட நாகரிகம் என்பது இயற்கையை வெல்வது எனத் தவறாகப் புரிந்து கொள்ளப்பட்டுவிட்டது. ‘காடழித்து நாடாக்குதல்’ ‘அணைகட்டி நீர் தேக்குதல்’ என்பதெல்லாம் ஆகக் கேடாக முடிந்துள்ளது. ஒரு மலையும், காடும் ஒவ்வொரு மனிதனின் தேவையைப் பூர்த்தி செய்யும். ஆனால் ஒரேயொரு மனிதனின் பேராசை மலை வளத்தையும், காட்டு வளத்தையும் சீரழித்துவிடும்.

‘ஆற்றுப் பெருக்கற்று அடிசுடும் அந்நாளிதும், ஊற்றுப் பெருக்கால் உலகூட்டும்’ என்பதெல்லாம் உண்மையாக இல்லாமல் வெறும் கற்பனையாகப் போய்க் கொண்டிருக்கிறது.

விறால், விலாங்கு, கெண்டை, பொத்தி, உழுவை, கெளிறு, அயிறை, ஆரா, தேளி, கொறவை என்பதெல்லாம் கடந்த காலமாகி, கண்ணாடித் தொட்டிக்குள் பெயர் தெரியாத கடல் மீனை இட்டுவைத்து ‘fish’ என்ற ஒரே சொல்லில் சொல்லிக்காட்டி எல்லா மீன்களையும் மறக்கடித்து வருகிறோம்.

ஆற்று மீன்களில்லை; ஆற்று மணல் இல்லை ஆறே இல்லாமல் போய்க்கொண்டிருக்கிறது.

முல்லைத் திணையையும், முல்லைப்பாட்டையும் பாடிய தமிழன், முல்லை என்ற ‘காடு’ எப்படி இருக்கும் என்பதைத் தமிழ் நாட்டிற்கு வெளியே தான் பார்க்க வேண்டிய அவலம் ஏற்பட்டுவிட்டது. நாகரிகமடைதலில் ஒவ்வொரு சிற்றூரும், நகரமாகி இன்று நரகமாகி வருகின்றது.

இயற்கையிடமிருந்து மிகவும் அன்னியப்பட்டுவிட்டோம். நிலமாக, நீர்மாசு, வளிமாசு, வான் மாசு என மாசுகளிலேயே வாழத் தலைப்பட்டு விட்டோம். ஒருபுறம் இயற்கையை அழித்து வருகிறோம்; மறுபுறம் இயற்கையை மாசு படுத்தி வருகிறோம்.

இயற்கையைக் காத்து, இயற்கையோடு வாழ முற்பட்டால்தான் மானுடம் பிழைக்கும். மண்ணும் மலையும், கடலும் காடும், காட்டு உயிர்களும், நாட்டின் மானிடரும் பிழைக்க முடியும்.

அதற்கு வழி நடத்தும் சொல்லாடல்களே நூலின் கட்டுரைகள். இனி கட்டுரைகள் உங்களோடு கதையாடும்.

என்றும் தங்கள் அன்பின்
**நா.மம்மது**
முதன்மை இசை ஆய்வாளர்
தமிழ் இசை ஆய்வுமையம்
தியாகராசர் கல்லூரி, மதுரை.
9442984589
tamilinnisai@gmail.com

# சியாட்டல் உரை

பழங்குடிகளின் நிலங்களை அரசு கையகப்படுத்தியபோது அமெரிக்க இந்தியப் பழங்குடிகளின் தலைவர் திரு.சியாட்டல் ஆற்றிய உரை :

(1851 வாக்கில் வாஷிங்டனில் பூஜே சவுண்ட் என்னுமிடத்தைச் சுற்றிலும் வாழ்ந்து கொண்டிருந்த சுகுவாமிஷ் பழங்குடிகளுக்கும் பிற அமெரிக்க இந்தியப் பழங்குடிகளுக்கும் தலைவராக விளங்கியவர் சியாட்டல்.

இங்குள்ள பழங்குடி மக்களுக்குச் சொந்தமான 2 மில்லியன் ஏக்கர் நிலங்களை 150,000 டாலர்களுக்கு விற்க முயற்சிகள் நடந்தன. இதற்கான உடன்படிக்கை செய்துகொள்வதற்கு ஆயத்தமாகும் சூழலில் இந்த உரை நிகழ்த்தப்பட்டது.)

இந்தப் பூமிக்கு அணுக்கமாக உள்ள வானத்தை எப்படி வாங்கவோ விற்கவோ முடியும்? இவ்வாறு செய்ய வேண்டுமென்ற எண்ணம் வினோதமாக உள்ளது. காற்றின் தூய்மையையும் நீரின் உன்னதத்தையும் நாம் சொந்தமாக்கிக் கொள்ள முடியாது. அவ்வாறாயின் நீங்கள் அவற்றை எவ்வாறு விலை கொடுத்து வாங்க முடியும்?

இந்தப் பூமியின் ஒவ்வொரு பகுதியும் எம் மக்களுக்குப் புனிதமானதாகும். கூடவே, மின்னும் ஒளியுடைய ஒவ்வொரு ஊசியும், எல்லாக் கடற்கரையும், கருமரங்களில் தவழும் பனித்துளிகளும், இன்னிசை எழுப்பித் திரியும் பூச்சி வகைகளும்

எம்மக்களின் ஞாபகத்திலும் வாழ்வனுபவத்திலும் மிகவும் புனிதமானவை. பாலூறும் மரத்திலிருந்து ஒழுகும் திரவம் கூட செவ்விந்தியர்களின் நினைவுகளைச் சுமந்து நிற்பதாகும்.

வெள்ளைக்காரர்கள் இறந்தபின் விண்ணுலகுக்குச் சென்று விடுவதால் தாம் பிறந்த மண்ணை மறந்துவிடுகின்றனர். ஆனால் எமது மக்களோ, இந்தப் பூமியை மறப்பதேயில்லை. ஏனெனில் இதுவே எமக்குத் தாயாகும். நாங்கள் இந்த மண்ணுக்கு உரியவர்கள்; இந்த மண்ணும் எமக்குரியதாகும்.

இங்குள்ள நறுமணம் மிகுந்த மலர்கள் யாவும் எமது சகோதரிகள். மான்கள், குதிரைகள், கழுகுகள் போன்ற அனைத்தும் எமது சகோதரர்கள். மேலும், மலை முகடுகள், பசும்புல்வெளிகளின் பனித்துளிகள், மட்டக் குதிரைகளின் உடல்சூட்டின் இதமான கதகதப்பு போன்றவையும், இங்குள்ள மனிதர்களும் ஒரே குடும்பத்தைச் சேர்ந்தவையாகும்.

இந்நிலையில் வாஷிங்டனின் பெருந்தலைவர் எங்கள் நிலங்களை வாங்க விருப்பம் தெரிவித்துச் செய்தி அனுப்பியபோது எங்களைப் பற்றி விரிவாக விசாரித்திருக்கிறார். அதோடு நாங்கள் நிம்மதியுடன் வாழ எங்களுக்கென்று தனியிடம் ஒதுக்கித் தருவதாகவும் கூறியிருக்கிறார். ஆதலின் அவர் எங்களுக்குத் தந்தையாகவும் நாங்கள் அவருக்குப் பிள்ளைகளாகவும் ஆகிறோம்.

இந்நிலையில் எங்களுடைய நிலத்தை வாங்கும் உங்கள் திட்டத்தைப் பற்றி யோசிப்போம். எனினும், இந்நிலமானது எங்களுக்கு மிகவும் புனிதமானது என்பதால் இதற்குச் சம்மதிப்பது என்பது மிகவும் இயலாத ஒன்றாகும்.

இங்குள்ள ஓடைகளிலும் ஆறுகளிலும் ஓடும் வளப்புமிகு நீரானது வெறும் தண்ணீரல்ல; எமது மூதாதையரின் இரத்தமாகும். நாங்கள் எமது நிலத்தை உங்களுக்கு விற்போமானால் இந்நிலம் புனிதமானது

என்பதை நீங்கள் மறக்கக்கூடாது. உங்கள் குழந்தைகளுக்கும் இதனைச் சொல்லிக் கொடுக்க வேண்டும்.

ஏரிகளில் நிலையான தண்ணீரின் பிரதிபலிப்பால் தோன்றும் நினைவெச்சங்கள் எம்மக்களின் வாழ்வியல் நிகழ்வுகளையும் நினைவுகளையும் கூறுபவை. இந்த நீரின் முணுமுணுப்புகள் எம் பாட்டன்மார்களின் குரல்களேயாகும். இந்த ஆறுகள் யாவும் எம் சகோதரர்கள். இவர்கள் தாம் எமது தாகத்தைத் தீர்க்கிறார்கள். எம்மக்களின் தோணிகளையும் இவர்களே சுமந்து செல்கின்றனர்; குழந்தைகளுக்கு உணவளிக்கின்றனர்.

நாங்கள் எமது நிலத்தை உங்களுக்கு விற்போமானால் அதில் ஓடும் ஆறுகள் எங்களுடைய, உங்களுடைய (நம்முடைய) ஆறுகள் என்பதால், உங்களுடைய சகோதரர்களை நேசிக்கும் வகையிலேயே இவற்றையும் நீங்கள் நேசிக்க வேண்டும். இதனை நீங்கள் மறக்காமல் இருப்பதோடு, உங்கள் குழந்தைகளுக்கும் அவசியம் சொல்ல வேண்டும்.

எமது வாழ்வுமுறையின் சிறப்புகள் வெள்ளைக்காரர்களுக்குத் தெரியாது என்பது எங்களுக்குத் தெரியும். ஒரு குறிப்பிட்ட நிலப்பகுதியும், அதற்கடுத்துள்ள நிலப்பகுதியும் அவர்களுக்கு ஒன்றுதான். அவர்கள் அயலவர்கள். இந்நிலத்திலிருந்து தேவையானவற்றை எடுத்துச் செல்லவே அவர்கள் இங்கு வருகின்றார்கள்.

இப்பூமியானது அவர்களின் சகோதரர் அல்ல; பகையானதே. இதனை வென்று கையகப்படுத்திய பின் வேறு இடத்திற்கு நகர்ந்து விடுவார்கள். அவர்கள்தம் தந்தையர்களின் இடுகாடுகளைக் கூட மறந்துவிட்டு வெகுதூரம் சென்றுவிடுபவர்கள். பிறப்புரிமைக்குரிய தம்சொந்த மண்ணையுங்கூட அவர்கள் மறந்து விடுவார்கள்.

அவர்கள் தாயைப் பூமியாகவும் தந்தையை வானமாகவும் கருதக்கூடியவர்கள். பொருட்களை வாங்குவதும்

கொள்ளையடிப்பதும் அவர்களுக்கு ஆடுகள் அல்லது மணிகள் விற்பது போன்றவை. **அவர்களுடைய கோரப் பசியானது இப்பூமியைக் கொன்றழித்துப் பாழாக்கி அதனைப் பாலைவனம் ஆக்கிவிடும்.**

எங்களுடைய வாழ்வுமுறை உங்களுடைய முறையிலிருந்து எந்த அளவு மாறுபட்டது என்பது எமக்குத் துல்லியமாகத் தெரியாது. உங்களுடைய நகரங்களின் காட்சியெல்லாம் எமது செவ்விந்தியர்களின் கண்களை உறுத்துகின்றன. இந்த வெள்ளையர் நகரங்களில் அமைதியான இடமொன்றில்லை.

வெள்ளைக்காரர்கள் வாழும் எந்த ஓர் இடத்திலும் அசைந்தாடும் இலைகளின் ஓசைகளையோ பூச்சி இனங்களின் ரீங்காரங்களையோ கேட்க முடிவதில்லை. மாறாக, சடசடவொலிகள் காதைப் பிளக்கின்றன. மகிழ்வூட்டும். இராக் கூவற் பறவைகளின் சப்தங்களையோ, குட்டையைச் சுற்றி போட்டி போட்டுக் கத்தும் தவளைகளின் கூச்சல் களையோ கேட்காத வாழ்வென்ன வாழ்வு? நான் ஒரு செவ்விந்தியன் என்பதால் எவ்வாறு இதனைப் புரிந்துகொள்வதென்பது தெரியவில்லை.

எம்மக்கள் யாவரும் அமைதியான குளத்தின் முகத்தை முகந்து வரும் தென்றலின் இன்னோசையையும் நடுப்பகலில் பெய்யும் மழையால் எழும் மண்வாசனையையும் தேவதாரு மரத்திலிருந்து பறக்கும் இலைகளின் மணத்தை நுகர்வதையும் விரும்புபவர்கள்.

செவ்விந்தியர்கள் காற்றை மிகவும் மதித்துப் போற்றுபவர்கள். விலங்குகள், மரங்கள், மனிதர்கள் உள்ளிட்ட யாவற்றுக்கும் சுவாசித்தல் பொதுவானது. அவ்வாறே பொதுவான ஒரு காற்றையே இவையாவும் சுவாசிக்கின்றன.

வெள்ளைக்காரர்கள் அவர்கள் சுவாசிக்கும் காற்றை உற்று நோக்குவதில்லை. இவர்கள் இறப்பு நோக்கிப் பல நாட்கள் கடக்கும்

மனிதனைப் போன்று புழுங்கிய நாற்றத்துடன் உணர்ச்சியற்று மரத்துப் போனவர்களாக உள்ளவர்கள். இந்தக் காற்றானது அத்தனை உயிர்களையும் காக்கிறது. இவ்வுணர்வுகளைச் சுமந்து நிற்கும் காற்றின் முக்கியத்துவத்தை நாங்கள் நிலத்தை விற்றுவிட நேர்ந்த பின்னரும் அதனை நீங்கள் மறக்கவே கூடாது.

எங்கள் கால்களைத் தாங்கி நிற்கும் இந்த நிலமானது எம்முடைய பாட்டன்மார்கள் எரிந்த சாம்பலால் ஆனதாகும். நீங்கள் இதனை உங்கள் குழந்தைகளுக்குக் கண்டிப்பாகச் சொல்லித்தர வேண்டும். அப்போதுதான் அவர்கள் இந்நிலத்தை மதிப்பார்கள்.

எம் தாயே இந்நிலமாகும்; எமது உறவுமுறையாரின் வளமான வாழ்வால் ஆனதே இந்நிலமாகும். இதனை நாங்கள் எங்கள் குழந்தைகளுக்குச் சொல்லித் தருவதுபோல் உங்கள் குழந்தைகளுக்கும் சொல்லிக் கொடுங்கள்.

இப்பூமியின்மீது எது வந்து விழுந்தாலும் அதுவெல்லாம் பூமிக் குழந்தைகள் மீது வந்து விழுவதேயாகும். மேலும், இப்பூமியின்மீது மக்கள் துப்பக்கூடுமானால் அது அவர்கள் தம் தாய் மீதும் தம்மீதும் துப்பிக் கொள்வதற்கு ஒப்பானதாகும்.

இந்நிலமானது கடவுளுக்கும் மதிப்பு வாய்ந்த ஒன்றாகும். ஆகவே இதற்குக் கெடுதல் செய்வதென்பது அதனைப் படைத்த இறைவனை அவமதிக்கும் செயலாகிவிடும். வெள்ளைக்காரர்கள் மற்ற பழங்குடியினரைக் காட்டிலும் முன்கூட்டியே இந்நிலத்தை விட்டுச் செல்லக் கூடும். அதாவது உன்னுடைய கழிவுகளைக் கொண்டு பாழ்பட்டுப் போன படுக்கையால், நீயே அவதிப்படுவது போன்றதாகும்.

உன்னுள் அழிவு நிகழ்ந்து கொண்டிருந்தாலும் இறைவனின் அருளால் நீ பிரகாசிப்பாய். இறைவனாலேயே நீ இந்த உலகத்திற்குச் சில தனிப்பட்ட நோக்குகளுக்காகக் கொண்டு வரப்பட்டாய்.

அதனாலேயே நீ இந்தப் பூமியையும் செவ்விந்தியர்களையும் ஆட்சி செய்கிறாய்.

இந்த ஊழ் விதியானது எமக்குப் புரியாத புதிராக உள்ளது. எருமைகள் எல்லாம் எப்போது கொல்லப்படும் என்பதும் எங்களால் புரிந்துகொள்ள முடியவில்லை. இங்குள்ள குதிரைகள் எங்களுடன் நன்கு பழகியவை. காடுகளின் இரகசிய மூலைகள் எல்லாம் எம் மனிதர்களின் வாசத்தால் நிரம்பியுள்ளன. மிகவும் நலந் தருகிற மலைகள் யாவும் எமது உணர்வுகளுடன் பேசும் ஒலிக் கம்பிகளால் இறுக்கி வைக்கப்பட்டவை போல் உள்ளன.

புதர்க்காடுகள் எங்கே சென்றன?

கழுகுகள் எங்கே சென்றன?

**'இது வாழ்வு முடிவுக்கு வருவதாக உள்ளது; பிழைப்புக்கான சவால் தொடங்குவதாக உள்ளது'**

## உயிர் காப்பாள் தண்ணீர்

நான் தாமிரவருணி நதிக்கரையில் பிறந்து வளர்ந்தேன். எழுபது ஆண்டுகளுக்கு முன் மருத மரங்கள் கரையெங்கும் நெடிதுயர்ந்து நின்றிருந்தன. நீரும், நிலமும், காற்றும் தூய்மையாக இருந்தன. ஐம்பது ஆண்டுகளுக்கு முன் காவிரிக்கரையில் எனக்குப் புகுந்த வீடு அமைந்தது. காவிரியைப் பார்த்தபோது பிரமிப்பாக இருந்தது. இவ்வளவு அகலமா! என்ன கம்பீரம்! தண்ணீர் சுழியிட்டோடும் அழகே அழகு என்று ஆச்சரியம் மகிழ்ச்சி.

அரை நூற்றாண்டில் அனைத்துமே மாறிவிட்டது. அரங்கனுக்குத் திருமஞ்சன நீர் எடுப்பதற்குக்கூட தண்ணீர் இல்லாத காவிரி மட்டுமல்ல கழிவுகள் கலந்து போய் நீரே விஷமாகிவிட்டது. காவிரிக்கரையில் இருந்தும், இந்நீரைக் காய்ச்சிக் குடிக்கிறேன். தாகம் அடங்கவில்லை. வேறு வழியும் இல்லை. எத்தனை கழிவுகளை இத்தாயின் மேல் கொட்டுகிறோம்? இப்பொழுதும் திருப்பூர் சாயப்பட்டறையின் கழிவுகள் ஒரத்துப்பாளையம் அணை வழியே வந்து பாய்ந்து கொண்டிருக்கின்றன.

இப்படியுமா நீரை மாசுபடுத்தி துணிக்குச் சாயம் போட்டு பணத்தைச் சேர்க்க வேண்டும்? மனித குலத்துக்குத் துரோகம் அல்லவா? சிறு வயதில் தாமிரவருணியில் குளிக்கப் போகும்போது பாட்டி எவ்வளவு புத்திமதி கூறினாள்! பயத்தமாவுப் பொடிக்குப் பதில் யாரேனும் சோப்பு போட்டுக் குளித்தால் பொறுமுவாள்.

''மாவுனா மீன் சாப்டுட்டுப் போகும், தண்ணிய துப்புரவா வச்சிருக்கும். பாழாப்போன சோப்பு நல்லதே இல்லை. யாரு சொல்லியாரு கேக்றது?'' என்பாள்.

சுற்றுச்சூழலுடன் இணைந்து வாழ்வதே தெய்வீகம் என்று தோன்றுகிறது. நீரை உயிர் காப்பாள் - தாரகம் - என்பர் பெரியோர். இதை லியோ தோல்ஸ்தோயைத் தழுவி பிராங்க் ஹாரிஸ் (Frank Harris) எழுதிய தூயவன் (The Holy Man) எனும் சிறுகதை வலியுறுத்துகிறது.

காஸ்பியன் கடற்கரைப் பிரதேசங்களுக்கு கிரேக்க திருச்சபையின் பிஷப்பாக பால் ஸ்ட்ரொகநாஃப் (Paul Stroganoff) நியமிக்கப்படுகிறார். 32 வயதுதான். ஏசுவின் வாழ்க்கையில் ஆழங்கால்பட்டவர். சமயப்பற்று மிகுந்தவர். தன் ஆளுமைக்கு உட்பட்ட இடங்களை நன்கு தெரிந்து கொள்ள வேண்டுமென சுற்றுப் பயணம் மேற்கொள்கிறார். நாகரிகம் என்பதன் வாசமறியாது, ஏழை மக்கள் வாழும் கிரஸ்னாவோஸ்க் (Krasnawodsk) எனும் இடத்திற்குச் செல்கிறார். செங்குத்தான மலைகளும் கடலும் சூழ்ந்த குக்கிராமம். உழைப்பும் நன்னெறியுமே சமயமாகக் கொண்ட சுமார் நூறு மக்கள். இவர்களுக்கு பாதிரிகூட இல்லை. கிராம மக்கள், ''தங்களுக்கு 'ஒரு தூயவன்' (holy man) துணை இருக்கிறான். அவனே எங்கள் பிறப்பு - இறப்பு சடங்குகளுக்கு உதவுபவன். ஆறுதல் தருபவன்; எதற்கும் காசு வாங்க மாட்டான்'' என்கின்றனர்.

பிஷப் அக்கிழவனைச் சந்திக்கிறார். அவனுக்கோ சமயம் என்றால் என்ன என்று கூடத் தெரியவில்லை! அவனுக்குத் தாமே ஜபத்தை (The Lord's Prayer) கற்பிக்கிறார். ''பரமண்டலங்களிலிருக்கிற எங்கள் பிதாவே, உம்முடைய நாமம் பரிசுத்தப்படுவதாக'' என்று ஆரம்பித்து அவர் கூற, தூயவனும் பயபக்தியுடன் சொல்லிக் கொள்கிறான். ஏசுநாதரின் சரிதத்தைக் கேட்டு மகிழ்ச்சியில் திளைக்கிறான். ''எவ்வளவு அழகிய வாழ்க்கை!''

பின்னர் பிஷப் கப்பலில் ஏறிச் சென்றுவிடுகிறார். நடுநிசியில் கப்பலை நோக்கி நீரில் ஒரு மனிதன் நடந்து வருவதாக பிஷப்பிடம் காப்டன் நடுங்கியவாறு கூறுகிறான். காப்டன், பிஷப், அவருடன் வந்திருந்த பாதிரிகள் எல்லோரும் கலவரத்துடன் இக்காட்சியைக் காண்கிறார்கள். இதற்குள் தூயவன் கப்பலில் ஏறி பிஷப்பை வணங்கிவிட்டு, "ஐயனே! நீர் சொல்லிக் கொடுத்த துதியில் ஒரு வரி மறந்துவிட்டேன். அதைக் கேட்டுக் கொள்ளவே அவசரமாக வந்தேன்" என்கிறான்.

"அதிருக்கட்டும், நீர் எப்படித் தண்ணீர் மேல் நடந்து வந்தீர்?" என்று பிஷப் கேட்க, தூயவன் கூறுவான் :

"அதுவா? மிகவும் சுலபமாச்சுதே! இவ்வுலகில் நாம் அன்புடனும் நம்பிக்கையுடனும் எதனை அணுகினாலும், அது நம்மிடம் அன்பாக இருக்கும். எங்கள் கிராமத்தில் அனைத்தையும் தூய்மையாக, இனிமையாக, சோர்வடையாது துப்புரவு செய்யும் தாயாக, உள்ள நீரை, நாங்களும் பிரியமாகப் பாதுகாக்கிறோம். அது எங்களைப் பாதுகாக்கிறது. யார் வேண்டுமானாலும் அதன் மேல் நடக்கலாம். சரி, ஏசுநாதர் தம் சீடர்களுக்குக் கூறிய அத்துதியை எனக்கு மீண்டும் சொல்வீர்களா, சுவாமி?"

"அப்பனே! உனக்கு ஏசுநாதர் பற்றி சொல்லிக் கொடுப்பதற்கு என்னிடம் ஏதுமில்லையப்பா, நீயே நிரம்ப அறிந்திருக்கிறாய்... நான்..."

கதை இங்கு முடிகிறது. தூயவனின் அறிவுரை நம் நெஞ்சில் ஒலிக்கட்டும்.

**பிரேமா நந்தகுமார்**
மதுரை, தினமணி
9-9-2005

# தமிழர் திணை

"செந்தமிழ் இயற்கை சிவணிய நிலத்தொடு..." [1]

## 1. வேர்ச்சொல்

திணை என்ற சொல்லின் மூல ஒலி திண்; திண் ஒரு சுட்டு (சுட்டுச்சொல்) ; திணை என்ற சொல்லின் வேர்ச்சொல் திண் என்ற சுட்டு; செறிந்த, வலிமையான, இறுக்கமான என்ற பொருண்மை கொண்டது இச்சுட்டுச் சொல்.

மண் திணிந்த நிலம், திண்ணமான திண்ணை என்ற இருப்பிட முதன்மைப் பொருளைக் கொண்டது திணை என்ற சொல். எனவே இறுக்கமான, செறிந்த என்ற பொருளுக்குப் பொருத்தமுடையது, திணையின் வேரான திண் என்ற மூலச்சொல். "திணை என்ற சொல், திண் என்ற வேரின் அடியாகப் பிறந்தது. இச்சொல் திண்மையுடைய நிலத்தினை முதலில் குறித்தது" [1அ].

'இம்' எனல் 'கல்' எனல் - பிறவும் அனுகரண ஓசை [2].

அனுகரண ஓசை - சொல்லை விளக்கும் ஒலிகள் அல்லது சுட்டுக்கள் என அழைக்கப்படுபவைகளாம் [3].

திண் - திணை

திண்மை - வலிமை; ''சால்பென்னும் திண்மை உண்டாகப் பெறின்''[4]

திண்டி - பருமன்; ''திண்டி வயிற்று''[5]

திண்திறல் - மிகுவலி; ''தொண்டை மன்னனின் திண் திறல்''[6]

திண்ணம் - வலிமை, இறுக்கம்; ''திண்ணமாத் தொளிர் செவ்விளநீர்''[7]

திண்ணியன் - வலியவன்; ''திண்ணியராகப் பெறின்''[8]

திணி - செறிவு: ''இளின் திணி வண்ணம்''[9]

திணிதல் (திணிந்த) - செறிந்த; ''மண் திணிந்த நிலனும்''[10]

## 2. சொற்பொருள்

நிலம், உலகம், கணக்கர், வீடு, இடம் (காணி), திண்ணை, மக்கள், குடி, குலம், தலைமக்கட் பெயர், அகன் ஐந்து (ஐந்திணை), ஒழுக்கம், பகுப்பு, வகுப்பு, பகுதி, என்றெல்லாம் பல்பொருள் விரிவு கொண்டது திணை என்ற சொல்.

**நிலம் :** ''திணை தொறும் மரீஇய திணை நிலப்பெயரே''[11]

''குலமும், ஒழுக்கமும் (ஒழுக்கம் நிகழ்ந்த) நிலமும்

திணை என நிகழ்த்தும் கிளவி''[12]

''மா, வேலி, காணி, திணை, பூ, நிலமாம்''[13]

**உலகம் :** ''அளக்கர்த்திணை விளக்காக''[14]

**கணக்கர் :** ''மாறமங்கலத்து திணைகள் பேரால்''[14அ]

**வீடு :** ''திணைபிரி புதல்வர்''[15]

**இடம் :** ''வாய்... திணையே... இடப்பெயர்த் தொடர்பே''[16]

''அவனி, வையம், அகலிடம்... திணை...''[17]

**திண்ணை :** ''மெழுகாப் புன் திணை''[18]

**மக்கள் :** ''உயர்திணை யூமன்''[19]

"கணக்கருந் திணைகளும்" [20]

"ஆயர், வேட்டுவர் ஆடூஉத்திணைப் பெயர்" [21]

குடி : "வசையில் வான் திணை" [22]

"மூத்த விழுத்திணை" [23]

"குடிப்பேர் திணையாம்" [24]

குலம் : "விளங்கு திணை வேந்தர்" [25]

"குலமும் ஒழுக்கமும்... திணை என..." [26]

தலைமக்கட்பெயர் : "ஏனோர்... ஆனா வகைய திணை நிலைப் பெயரே" [27]

அகன் ஐந்து (ஐந்திணை) : "நீல்நிறமுல்லைப் பல் திணை நுவல" [28]

"திணை என்ப குலம், ஒழுக்கம், சேரும் ஐந்திணையுமாமே" [29]

ஒழுக்கம் : "தொல்திணை மூதூர்" [30]

"உயர்திணை மகளிரும்" [31]

"ஐந்திணை நெறியளாவி" [32]

"திணை ஒழுக்கம்" [33]

"குலமு நிலமு மொழுக்கமுந் திணையே" [34]

"திணை, நிலம், குலம், ஒழுக்கம்..." [35]

பகுப்பு: "ஆயிருதிணைக்கும்" [36]

"உயர்திணை என்மனார் மக்கட்சுட்டே
அஃறிணை என்மனார் அவரல பிறவே
ஆயிருதிணையின் இசைக்குமன் கொல்லோ" [37]

வகுப்பு : "பல்லோர் குறித்த திணைநிலப்பெயரே" [38]

பகுதி : "ஐம்பால் திணையும்" [39]

------- X -------

(பருவ) காலம், (நாட்)பொழுது, ஒழுக்கம், விலங்குகள் மற்றும் தாவரம் முதலிய முதல், உரி, கருப்பொருட்களுக்கு இடையே ஏற்படும் உறவு (Interaction) என்பதே திணை (Ecology)

"The relationship between livingthings and their environment" [40]

"The scientific study of the Inter relationship among organism and between organisms, and all aspects, living and non - living, of their environment" [41]

திணை இயல் என்ற சூழலியல் (Ecology) விலங்கியல் என்ற துறையின் துணைப்பிரிவு (sub discipline) ஆகும்.

Ecology is the study of the distribution and abundance of organisms, the Interaction between organisms, the inter action between organisms and their environment, and structure and function of ecosystems.

திணை என்ற சொலுக்கு 'வீடு' என்ற பொருளுண்டு. ''Ecology'' என்ற சொல்லுக்கு 'வீடு' என்று பொருள்: மற்றும் 'உறவு' (Living relations) என்ற பொருளும் உண்டு.

''The German word okologie from the Greek oikos, meaning 'house' and logos, meaning 'discourse''' [42]

------- x -------

மானிடரை மையமிடாத, உலகப் படைப்பு அனைத்தையும் சமமாக ஒரு சேரப் பார்க்கும் ஆழ் சூழலியல் (Deep Ecology) நோக்கி இன்றைய காலகட்டத்தில் நாம் நகர்கின்றோம்.

''1962ல் ரேச்சல் கார்சனின் 'சைலண்ட் ஸ்பிரிங்க்' வெளியான பிறகு மேற்குலகின் மொழி இலக்கியங்கள் பலவற்றிலும் Deep Ecology மிகுந்த செல்வாக்கு செலுத்தியது. இக்கவிதைகள் உயிர்களுக்கு மட்டுமல்ல, உயிரற்றவைக்களுக்காகவும் பேசுகிறது - புல்லினோடு,

புழுவோடு மட்டுமல்ல, கற்களோடும்'' (மாற்றுவெளி ஆய்விதழ் 12 - கேரளச் சிறப்பிதழ்)

------- X -------

'மன்பதை' என்ற சொல் 'உயிர்ப்பன்மை'யைக் குறிப்பிடுகின்றது. தமிழ்மரபு உயிர்ப்பன்மையைப் பேசுகின்றது.

"கொன்று புறம் பெற்று மன்பதை நிரப்பி" [43]

"மன்பதை எல்லாம் மடிந்த இருங்கங்குல்" [44]

"மன்பதை புரக்கும் நன்னாட்டுப் பொருநன்" [45]

"மன்பதை காக்கும் தென் புலங்காவல்" [46]

"மன்பதைகாக்கும் மன்னவன் தன்முன்" [47]

"பகுத்து உண்டு பல்லுயிர் ஓம்புதல் நூலோர்
தொகுத்த வற்றுள் எல்லாம் தலை" [47அ]

------- X -------

"திணை மரபு தமிழரின் அசல் மரபு. தொல்காப்பிய காலத்திற்கு முன்பே வளர்ச்சிபெற்று நிலைபெற்ற கோட்பாடு" [48]

"சங்க இலக்கியங்களில் உணவு சேகரிக்கும் நிலை (அகம். 309, 331, 377; பெரும்பாண். 89, 97) வேட்டையாடும் நிலை (அகம். 31, 58, 182, 193, 248, 261, 282, 284; நற்றிணை 3, 285) காடுகளை எரித்துப் பயிர் செய்யும் நிலை (ஐங். 252, 259, 266, 270, 295; அகம். 140, 194; நற்றிணை 122, 209) கால்நடை வளர்ப்பு நிலை (அகம். 103, 168, 265, 274; நற்றிணை 80, 142, 192) பயிர்த்தொழில் (அகம். 204, 237, 249; நற்றிணை 60, 210) ஆகியவற்றை ஆங்காங்கே காணலாம்" [49]

தழை ஆடை பற்றி சங்க இலக்கியங்கள் பதிவு செய்துள்ளன. "தழையணி அல்குல்" குறுந். 159; "திருந்திழை அல்குல்" குறுந். 214; "நெறித்தழை" நற். 96; "பகைத்தழை" ஐங். 187; "தழையாயினவே" புறம். 248; "ஆம்பல் அணித்தழை" திணை மாலை ஐம்பது 40.

இவ்வாறான தொன்மைத் திணைச் செய்திகள் பல சங்க இலக்கியங்களில் பதிவு பெற்றிருப்பதால், திணைக்கோட்பாடு வரலாற்றுக் காலத்திற்கு முற்பட்டே தமிழகத்தில் தோன்றிவிட்டதை அறியமுடிகின்றது.

இவ்வுண்மையை அரண் செய்வதாக மேலும் ஒரு தொன்மைச் செய்தியை சங்க இலக்கியம் பதிவு செய்துள்ளது. தொல்குடித் தமிழ் இனக்குழு மக்கள் நிகழ்த்திய மந்திரச் சடங்கு ஒன்றினை நாம் பார்க்க முடிகிறது.

குன்றக்குறவர் ஆரவாரம் செய்வதால் மழை பெய்வதாக ஐங்குறு நூற்றுப்பாடல் (251) ஒன்று கூறுகிறது. குன்றக்குறவன் செய்த ஆரவாரம், மழை பெய்தலின் போது ஏற்படும் இடி ஓசையைப் போன்றிருக்கும். இது போலச் செய்தலாகும். இதனை 'ஒத்தமந்திரம்' என்பர். அக்குன்றக்குறவன் மந்திரவாதியாகவும், இனக்குழுத் தலைவனாகவும் இருந்திருக்கலாம்.

''குன்றக்குறவன் ஆர்ப்பின் எழிலி

நுண்பல் அழிதுளி மொழியும் நாட'' என்பது பாடலாகும்.

''இனக்குழு மக்கள் அனைவரும் கலந்து கொண்டு மழைச் சடங்கு செய்ததை, புறநானூற்றுப் பாடல் (143) விளக்குகிறது. குறவர் அச்சடங்கின்போது, மழை பெய்ய மிகுந்த பலியைத் தூவினர்; கடவுளைப் பேணினர்.

மலையில் மழைபெய்க! எனக் கட்டளை இட்டனர். மழை மிகப் பெய்தது. பின்னர் அதை நிறுத்த, மேகம் மேலே செல்க! எனக்கட்டளை இட்டனர். மழை நின்றது. இவ்வாறு ஒன்றைச் செய்விக்கவும், நிறுத்தி வைக்கவும் கட்டளையிடல் (Command) மந்திரச் சடங்கின் சிறப்புத் தன்மையாகும். இவற்றை,

''மலைவான் கொள்க என உயிர் பலிதூஉய்

மாரியான்று, மழை மேக்கு உயர்க எனக்

கடவுட் பேணிய குறவர் மாக்கள்

பெயல் கண் மாறிய உவகையர்'' [50]

மேற்கண்ட மந்திரச் சடங்குப்பாடல் குறிஞ்சித் திணையில் நடைபெறுகின்றது. தமிழர் தோன்றிய முதல் நிலம் குறிஞ்சி என்பது நினைவு கூறத்தக்கது.

மேலும்,

முல்லைக்கலி 1:13; பரிபாடல் 10:85 - 86; பரிபாடல் 3:64; நற்றினை 165: அகநானூறு 309 ஆகிய பாடல்கள் மந்திரச் சடங்கையும் தமிழ்த் தொல்குடியின் நம்பிக்கையையும் காட்டுகின்றன.

------- x -------

## 3. திணை இலக்கியம் :

சங்க இலக்கியங்களில் மாந்தர் வாழும் நிலப் பிரிவுகள் குறித்தும் ஒழுக்கம் குறித்தும், நிலைத்திணை (தாவரம் - Flora), இயங்கு திணை (விலங்கு - Fauna) குறித்தும் திணை என்ற சொல் வழங்கப்பட்டுள்ளது.

''திணை என்ற சொல் வீடு, நிலம், திண்ணை, இடம், குடி, குலம், ஒழுக்கம், பாடல், சூழமைதி, ஐந்திணை ஆகிய பத்துப் பொருட்களில் வரும்'' [51]

''திணை என்னும் பெயர் முதலில் நிலத்தைக் குறிக்கப் பயன்பட்டிருக்கக்கூடும். பிறகு அதன் பொருள் குடி, ஒழுக்கம், நிலத்தையே பெரிதும் இடமாகக் கொண்டு வழங்கும் செய்யுள் ஆகியவற்றைக் குறிக்க மாறியிருக்கலாம்... பின்னர் அக்குறிப்பிட்ட நிலத்துக்குரிய ஒழுக்கத்தையும் செய்யுளையும் குறித்து, இறுதியாக அவற்றை அடிப்படையாகக் கொண்ட இலக்கியத்தையும் அதன் உட்பிரிவுகளையும் குறித்திருக்கிறது... தமிழ் இலக்கியம் தமிழகத்தின் நில இயல்பு, காலநிலைகளை மிகச் சரியாக மறு உருப்படுத்திக் காட்டுகின்றது. முன்னரே குறித்தவாறு திணைச் செய்யுளின் முதன்மை

வகைப்பாடு அந்தந்த நிலப்பகுதிகளின் பெயர்களைக் கொண்டு வழங்கப் பெற்றன. தலைமையான பாடு பெருளுக்குப் பின்னணியாக அமைந்த உவமைகள், குறிப்பு மொழிகள் என்ற திணைச் செய்யுட் கூறுகளின் விளக்கங்கள் யாவும் தமிழக நிலப்பகுதிகள், இயற்கைப் பொருள்கள், காலநிலைகள் ஆகியவற்றை அடிப்படையாகக் கொண்டன. இவ்வாறாக திணைச் செய்யுளின் சிறப்புடைய தனித்தன்மை அக்கால நில இயலின் தாக்கத்தை கொண்டதாகும்'' [52]

பண்டைப் புலமையோர் பலரும் இக்கால அறிஞர் சிலரும் சங்க இலக்கியங்களைச் 'சான்றோர் செய்யுள்' என அழைத்துள்ளனர்.

''சான்றோர் செய்யுளகத்து'' [53]; ''சான்றோர் செய்யுளாயின'' [54]

''சான்றோர் உரைத்த'' [55]; ''வான்தோய் நல் இசைச்சான்றோர் குழீஇ அருந்தமிழ் மூன்றும் தெரிந்த காலை'' [56]

''சான்றோர் கவி எனக்கிடந்த கோதாவரி...'' [56அ]

''சான்றோரும் உண்டுகொல்'' [56ஆ]

சங்கப்புலவர்கள், கவியாடும் புலவர்கள் மட்டுமல்ல; சான்றோர் பெருமக்களும் கூட; அன்னார் பாடிய பாடல்களைச் 'சான்றோர் செய்யுள்' என்றழைப்பது சிறப்புடையதே; இருப்பினும் திணை அடிப்படையில் அமைந்த அவ் இலக்கியங்களை 'சான்றோர் செய்யுள்' என்றழைப்பதைவிட 'திணை இலக்கியம்' என்றழைப்பது மிகவும் சிறப்புடையது; பொருத்தமுடையது: பொருள் பொதிந்தது.

''தொன்மையான தமிழ்மக்கள் குன்றுகளிலிருந்தும், காடுகளிலிருந்தும் வளமான சமவெளிப் பகுதிக்கும், கடற்கரைப் பகுதிக்கும் இடம் பெயர்ந்த வளர்ச்சி நிலையினைத் திணை இலக்கியம் கூறும்... திணைக் கண்ணோட்டமானது மக்கள் இடப் பெயர்வின் படிநிலைகளாகும்.

இடம் பெயர்ந்த மக்கள் இனக்குழுவாக வாழ்க்கை நடத்தினர். இதை மானிடவியல் நோக்கில் பார்த்தால் அந்நிலங்களின் வளர்ச்சியே

இனக்குழு வாழ்க்கைக்கும் சான்றாதாரமாகிறது. அகமும், புறமுமாய் அமைந்த பழந்தமிழ்ப் பாடல்களைச் 'சங்க இலக்கியம்' எனப் பெயரிட்டு அழைப்பதைவிட 'திணை இலக்கியம்' என அழைப்பது பொருத்தமுடையதாகும்"[57]

"திணை இலக்கியம் நில அடிப்படை உடையது. நிலமும், பருவப் பொழுதுகளும், இயற்கையும், இவற்றைப் பின்னணியாகக் கொண்ட மனித வாழ்வும் இயைபு படப் புனையபடுவதே திணை இலக்கியமாகும். நிலச் சாயலும் அதில் வாழும் உயிரனச் சாயலும், மனித வாழ்வுச் சாயலும் ஓவியமாய் படிந்து கிடப்பதே திணை இலக்கியம். திணை இலக்கியம் இலக்கிய வகைகளுள் தனிப்புண்புகள் பலவற்றை உடையது... காப்பியப்பாவின் புனைதிறன்களையும், நாடகப்பாவின் வடிவ அமைப்பையும் ஒருசேரப் பெற்றது, தமிழ்த்திணை இலக்கியம். மனித உளவியலை மையமாகக் கொண்டு, அகப்புற நிகழ்ச்சிகளைக் கருவாக்கி அவற்றில் தோன்றும் சிறுசிறு அடிப்படைச் சிக்கல்களைப் பின்னிப் புனைவதே திணை இலக்கியம்"[58]

முல்லை, குறிஞ்சி, நெய்தல், பாலை, மருதம் என்ற ஐவகை நிலங்களின் (The five agro - climatic zones) பின்னணியில் அமைந்த இலக்கியங்களை அன்பின் ஐந்திணை இலக்கியங்களாக நமக்கு, நம்முடைய தொல் சான்றோர் வழங்கியுள்ளனர்.

"தமிழகம் நானில வளத்தையும் சமநிலையிற் பெற்று விளங்குகிறது. இன்றைய கேரளமாகிய சேரநாட்டை உள்ளிட்ட பழந்தமிழகம் முப்புறமும் கடலாற் சூழப்பட்ட தீபகற்பமாகும். எனவே நெய்தல் நிலவளம் தமிழகத்தைச் சுற்றிலும் அமைந்திருந்தது எனலாம். ஆற்றுச்சமவெளிகள் பலவற்றை உள்ளிட்டது தமிழக நிலப்பரப்பு. பாலாறு, செய்யாறு, பறளியாறு போல்வன குறிப்பிடத்தக்கன. இம்மருத நில ஆறுகள் கடலிற்கலக்குமிடத்தே அவ்விரு நிலங்களும் சந்திக்கின்றன. அவண் இருநில வளங்களும் ஒருங்குகூடி அவை உள்நாட்டு வெளிநாட்டு வாணிகச் செழிப்பால் வளர்ந்தன. இத்தகைய இடங்களில் புகார், கொற்கை, தொண்டி, முசிறி அனைய

துறைமுகங்கள், நகரங்கள் பல உருவாகி உலகப் புகழ் பெற்றன. யவனர், உரோமர்தம் பழங்காலப் பயணக் குறிப்புகளிலும் இந்நகரங்கள் பற்றிக் காணலாம். சிறுசிறு குன்றுகளும், அவற்றைச் சார்ந்த காடுகளும் தமிழ்நாட்டுப் பூகோளத்தில் மண்டிக் கிடக்கக் காணலாம். இடையீடின்றிச் சுவர் போலமைந்த மேற்கு மலைத் தொடர், விட்டு விட்டு விளங்கும் கிழக்கு மலைத் தொடர் இவற்றின் உட்பிரிவுகளான நீலகிரித் தொடர், ஆனை மலைத் தொடர், கோடைக்கானல் மலைத் தொடர் போன்றவற்றால் குறிஞ்சி நிலவளமும் கொழித்துக்கிடந்தது தமிழகம். முன்னோர்கானம், தலையாலங்கானம், என்றாற்போன்ற பழம் பெயர்கள் இவற்றைச் சார்ந்த காடுகளின் வளத்தை உணர்த்தும். இன்றைய தென்னார்க்காடு, வட ஆர்க்காடு போன்ற பெயர்களுடன் இவற்றை ஒப்பிட்டுக்காண்க. (ஆர் என்பது ஆத்தி, ஆர்க்காடு என்பது ஆத்திக்காட்டைக் குறிக்கும்)

இவ்வாறு தமிழகத்தில் நெய்தல், மருதம், குறிஞ்சி, முல்லை என்ற நானிலங்களும் தனித்தன்மை உடையனவாக வளர்ச்சி பெற்ற பாங்கினைச் சங்க இலக்கியம் கொண்டு அறிகிறோம்'' [59]

------- X -------

"இன்று மேற்கத்திய மொழிகளில் ecopoetics என்று அழைக்கப்படுகின்ற சூழலியல் இலக்கியச் சிந்தனை உருவாகி வளர்ந்து வருகின்றது. இரண்டாயிரம் ஆண்டுகளுக்கு முன்னர் சங்ககாலப் படைப்புகளுடன் தொடர்புபடுத்தி வளர்ச்சி பெற்ற திணைக் கோட்பாடு மாறிய சூழ்நிலையில் பிறமொழி இலக்கியங்களுக்கும், இந்திய சமகால இன்றைய இலக்கியப் படைப்புகளுக்கும் பொருந்துவதாகும். ஒருவேளை உலகிலேயே வேறெந்த மொழிகளிலும் இதுபோன்றதொரு சூழலியல் இலக்கியக் கொள்கை முற்காலத்திலேயே தோன்றவில்லை என்பதால் திராவிடத் திணைக்கோட்பாடு நம்மால் பயன்கொள்ள வேண்டிய ஒரு கோட்பாடாகும்'' [60] என்பார் அய்யப்ப பணிக்கர்.

## தமிழர் திணைக்கண்ணோட்டம் - மேற்கோள் பட்டியல்

1. தொல்காப்பிய சிறப்புப்பாயிரம். 6

1அ. செவ்வியல் இலக்கிய ஆய்வுகள். பக்.124

2. பங்கலம். 2116

3. நல்லூர் ஞானப்பரகாசர், தமிழ் அமைப்புற்ற வரலாறு. பக்.11

4. குறள். 968

5. தேவாரம் 1225 : 7

6. பெரிய திருமடல் 5 : 7 : 9

7. கம்ப. எழுச்சி. 50

8. குறள். 666

9. திருவாய் 2.1.8

10. புறநானூறு. 2

11. தொல். பொருள். 22

12. திவாகரம். 2002

13. நாமதீப நகண்டு 483

14. புறநானூறு 229 : 10

14அ. அஙமீ ஞூ 7, 3 ணீ.20

15. பரிபாடல் 16:7

16. திவாகரம். 1011

17. பிங்கலம். 4 : 1

18. அகம். 167:16

19. குறுந்தொகை 45:5

20. பெருங்கதை வத்தவ. 2:45

21. தொல்.பொருள். 23

22. குறிஞ்சிப் பாட்டு 205

23. புறநானூறு 24:28

24. நாமதீப நகண்டு 613

25. புறநானூறு 373:28

26. திவாகரம். 2002

27. தொல்.பொருள். 24

28. பொருநராற்றுப்படை 221

29. அகராதி நகண்டு

30. மலைபடுகடாம் 401

31. பதிற்றுப்பத்து 73 : 5

32. கம்பராமாயணம் சூர்ப்ப.1

33. நாமதீப நகண்டு 615

34. பிங்கலம். 10 : 611

35. சூடாமணி 11:78

36. தொல்.சொல். 645

37. தொல்காப்பயம் 484

38. தொல்.சொல். 167 சேனா.

39. மதுரைக்காஞ்சி 326

40. Collins Dictionary p. 273

41. Oxford Dic. of Ecology p. 146

42. Oxford Dic. of Ecology p. 208

43. பதிற்றுப்பத்து 40:11

44. கலித்தொகை 65:3

45. புறநானூறு 68:10

46. சிலப்பதிகாரம் வழக்குரைக்.76

47. மணிமேகலை 23:19

47அ. குறள். 322

48. செவ்வியல் நோக்கில் சங்க இலக்கியம் பக்.73-கோவை ஞானி

49. சங்ககாலச் சமுதாயம் பக்.2 - கா.சுப்பரமணியன்

50. மேலது பக். 8, 57

51. சங்கமரபு பக்.191, 192 - தமிழண்ணல்

52. மேலது பக். 315-317

53. தொல்.அகத். 3 இளம்.

54. தொல்.மரபு. 95 பேரா.

55. பத்துப்பாட்டு உரை சிறப்புப்பாயிரம் நச்சர்.

56. அகநானூறு உரைப்பாயிரம் 4 - 5

56அ. கம்பராமாயணம் 2732

56ஆ. சிலப்பதிகாரம். ஊர்சூழ். 56

57. தமிழில் திணைக்கோட்பாடு பக்.4 - எஸ். ஸ்ரீகுமார்

58. சங்க இலக்கிய ஒப்பீடு. பக்.33-தமிழண்ணல்

59. மேலது பக். 236, 237

60. இந்திய இலக்கியக் கோட்பாடுகள்- சூழல்பொருத்தம். பக்.12-கெ.அய்யப்பணிக்கர்

(மொழியாக்கம். ந.மனோகரன்)

# அகம்

இரண்டாயிரம் ஆண்டுகளுக்கு முன் வாழ்ந்த தென்திராவிட மக்களின் அழகியல் உணர்வுகளின் பதிவேடான கோட்பாட்டு நூலே 659 நூற்பாக்களைக் கண்ட பொருளதிகாரம் - கெ.அய்யப்பணிகர் - இந்திய இலக்கியக் கோட்பாடுகள் - பக். 121

## 1. பொருள் இலக்கணம்

தொல்காப்பிய பொருளதிகாரமானது இலக்கிய உத்தி பற்றிக் கூறுவது எனவும், 'வாழ்க்கை இலக்கணம்' கூறுவது எனவும் இரு வேறுபட்ட கருத்துகள் அறிஞரிடையே நிலவுகின்றன. எழுத்து, சொல், பொருள் என்ற வரிசையில் தொல்காப்பியம் அமைவதாலும், பொருளதிகாரத்தில் செய்யுள் (இலக்கியம்) இயற்ற உவம இயலும், செய்யுள் இயலும், இலக்கிய வகைகளும் கூறப்படுவதாலும் 'இலக்கியப் படைப்பு' பற்றியே பொருளதிகாரம் குறிப்பிடுவதாக ஒரு சார் அறிஞர் கூறுவர்.

"பொருள் அதிகாரம், இலக்கியம் இயற்றுவதற்கு வழிகாட்டும் இலக்கணமாகும் (Science of Literature) என்பதை இவ்வியல் (பொருளியல்) நன்கு விளம்புகின்றது. பொருள் அதிகாரம் முழுவதும் பொருளைப் பற்றியே கூறுவதாய் இருந்தும், இவ்வியலுக்கு மட்டும்

பொருளியல் என்று பெயரிடுவானேன்?'' இவ்வினாவை நச்சினார்க்கினியர் எழுப்பி அதற்கு விடை கூறுகின்றார்:

"சொல்திகாரத்தில் கூறிய சொற்களை மரபியலின் இருதிணை ஐம்பால் இயல் நெறி வழாமைத்திரிபில் சொல் என்பாராதலின் அவை ஈண்டுத் தம் பொருளை வேறுபட்டுரைப்பினும் பொருளாகுமெனவும், இப்பொருள திகாரத்து முன்னர் கூறிய பொருள்களில் பிறழ்ந்திசைப் பனவும், பொருளமெனவும் அமைத்துச் சொல்லுணர்த்தும் பொருளும் தொடர்மொழியுணர்த்தும் பொருளும் ஒருங்கே கூறலின் பொருளியல் என்றார்"[1]

மறுபுறம் உரி, முதல், கருப் பொருள்கள் கூறுவதால் 'வாழ்க்கை' பற்றி பொருளதிகாரம் கூறுவதாக மறுசார் அறிஞர் மதிப்பிடுகின்றனர். உரி, முதல், கரு என இம்மூன்றும் இலக்கியம் படைப்பதற்கான பின்னணி (backdrop and milieu of the writings) யாக அமைவன என்ற திறனாய்வுக் கருத்தும் நிலவுகின்றது.

இவ்வாறாக தமிழர் வாழ்க்கையைக் காட்டும் 'வாழ்க்கை இலக்கணம்' என்றும் இலக்கியம் படைக்கும் உத்திகளைக் கூறும் 'இலக்கியக் கோட்பாடு' தான் பொருளதிகாரம் என்றும் இருவித பார்வைகளும் சரியானதே என பொருளதிகாரம் வழியே நாம் முடிவு கூற முடியும்.

இதுகுறித்து நச்சினார்க்கினியர் (அகத்தினை இயல் நூற்பா. 1) கூறுவது:

"பொருளெனப் பொதுப் படக் கூறவே, அவற்றின் பகுதியாகிய முதல், கரு, உரியும், காட்சிப் பொருளும், கருத்துப் பொருளும், அவற்றின் பகுதியாகிய ஐம்பெரும் பூதமும், அவற்றின் பகுதியாகிய இயங்குதிணையும், நிலைத் திணையும் பிறவும் பொருளாம்." எனவே இவர் பொருள் என்பது உலகும், உலக வாழ்வும் என்பதாகச் சொல்கிறார் என்ற முடிவைப் பெறலாம்.

தொல்காப்பிய மூன்றாவது அதிகாரமான பொருளதிகாரத் தொடக்கத்தில் இளம் பூரணர் கூறுவது :

''இவ்வதிகாரத்துள், இம்முதற்கண் ஓத்து அகப் பொருள் இலக்கணம் நுதலிற்று... இத்தலைச் சூத்திரம் என்னு தலிற்றோ எனின், அகப் பொருள் இத்துணை என வரையறுத்து உணர்த்துதல் நுதலிற்று... மெய்ப் பாட்டியலானும், உவம இயலானும், செய்யுள் இயலானும், மரபு இயலானும் கூறப்பட்ட பொருள் யாதெனுள் அடங்கும் எனின், அவை கருப் பொருளும், அப்பொருளாற் செய்யப்பட்டனவும், அப்பொருளின் குணம் முதலியனவும், அப்பொருளின் குறிப்பு நிகழ்ச்சியும் ஆதலின், அவையும் கருப்பொருளின்பால் நடுவண் ஐந்திணையுள் அடங்கும் என்ப.'' எனவே இளம் பூரணர் பொருள் என்பது 'வாழ்க்கை' என்றே கூறுகிறார் எனலாம்.

## 2. பொருள் - அகம் - தமிழ்

இப்பொருள் இலக்கணம் தமிழுக்கே உரிய தனி மரபு. பொருள் என்று சிறப்பித்துக் கூறப்படுவது அகத்திணையையே. இவ்வகத்திணை மரபு தமிழுக்கே உரியதாதல் காரணமாக அகத்திணையானது 'தமிழ்' என்றே குறிப்பிடப்படுகின்றது.

குறிஞ்சிப்பாட்டுப் பாடிய நோக்கம் ''தமிழ் அறிவுறுத்தற்குக் கபிலர் பாடியது'' எனக் கூறப்பட்டுள்ளது.

இறையனார் அகப் பொருளின் பாடு பொருள் குறித்து : ''இனி, நுதலிய பொருள் என்பது - நூற் பொருளைச் சொல்லுதல் என்பது. இந்நூல் என்நுதலிற்றோ எனின், தமிழ்நுதலிற்று என்பது''[2]

''தள்ளாப் பொருள் இயல்பில் தண்டமிழ் ஆய்வந்திலார்''[3]

''இன்றமிழ் இயற்கை இன்பம்''[4]

இச்சிந்தாமணிப் பாடல் வரிக்கு ''இனிய தமிழ் கூறிய இயற்கைப்

புணர்ச்சியாகிய இன்பம்'' என்று நச்சினார்க்கினியர் பொருள் கூறுவார். இங்கு களவு 'தமிழ்' ஆகியுள்ளது. இவ்வாறு அகம் என்பதே 'தமிழ்' என்று சிறப்பிக்கப்படுகின்றது.

## 3. அகம்

''தொல்காப்பியம் வரையறுத்துக் கூறிய பொருளதிகாரத்தில் அகப் பொருள் குறித்த இலக்கணமே மிகுதி; சங்கப் புலவர் பாடிய பாக்களில் அகப் பொருள் பற்றியவையே மிகுதி''[5அ]

சங்க இலக்கிய அக, புற பாடல்களின் பட்டியல் கீழே தரப்படுகின்றது:

அகத்திணைப் பாடல்கள் மொத்தம் - 1864

அகத்திணைப் பாடல்களில் முழுமையாகக் கிடைத்தவை - 1859

புறத்திணைப் பாடல்களில் முழுமையாகக் கிடைத்தவை - 515

கடவுள் வாழ்த்துக்களை நீக்கிக் கணக்கிட்டால் - 495[5ஆ]

''ஆதலின், பண்டைத் தமிழ் மக்கள் ஒருவனும் ஒருத்தியுமாகக் கூடிவாழும் இன்பியல் நெறிக்கே முதன்மை கொடுத்துள்ளனர் என்பது புலனாகும். அகவொழுகலாறுகளைக் களவு, கற்பு என்று இருவகைக் கை கோளாக வகைமை செய்துள்ள சிறப்பும் தமிழர்க்குச் சிறப்புரிமை உடையது''[5அ]

காதல் என்பது சிறப்பாகக் களவையே குறித்தது.

''காதல் காமம் காமத்துச் சிறந்தது''[6]

(காதல் - களவு) களவுக்காமே காமத்துள் சிறந்தது.

''ஒத்த அன்பான் ஒருவனும் ஒருத்தியுங் கூடுகின்ற காலத்துப் பிறந்த பேரின்பம், அக்கூட்டத்தின் பின்னர் அவ்விருவரும் ஒருவருக்கு ஒருவர் தத்தமக்குப் புலனாக இவ்வாறிருந்ததெனக்கூறப்படாததால்,

யாண்டும் உள்ளத்துணர்வே நுகர்ந்து இன்பமுறுவதொரு பொருளாதலின் அதனை அகம் என்றார். எனவே அகத்தே நிகழ்கின்ற இன்பத்திற்கு அகமென்றது ஓர் ஆகுபெயராம்''[7] என்பார் நச்சர்.

''எட்டுத் தொகையுளொன்றாய் உலக நிகழ்ச்சிக்கு இன்றியமையாது வேண்டப்பட்ட இல்லற நடாத்தற்கண் தலைவனுந் தலைவியும் 'ஓருயிர்ப் புள்ளினிருதலை' போன்று ஒற்றுமைப்பட்டு ஒழுகற்குரிய விழுமிய பேரன்பின் பயனாகிய இன்பப் பகுதியை நன்கு விளக்கும் நானூறு அகவற்பாக்களையுடைய தோர் அகத்திணை நூலாகும்'' (அகநானூறு முகவுரை, ப.1) என்று இராகவையங்கார் அகநானூற்றுக்கு வரையறை கொடுத்ததோடு அகம், புறம் பற்றியதற்கான விளக்கத்தையும் முறையாகத் தனது முகவுரையில் எடுத்துக் காட்டியுள்ளார்.[8]

''வடமொழியாளர் மக்கட்குறுதி பயப்பனவாகப் பாகுபடுத்துக் கொண்ட அறம்பொருளின்பம் வீடு என்னும் புருடார்த் தங்களைத் தமிழ் மொழியாளர் அகம், புறம் என இருபகுதிப் படுத்தி வழங்குவர். புருடார்த்தம் நான்கனுள் இன்பம் ஒன்றும் அகம் எனவும், அறம், பொருள், வீடு என்னும் மூன்றும் புறம் எனவும் வழங்கப்படும். இவை இங்ஙனம் பெயர் பெறுதற்குக் காரணம் ''ஒத்த அன்பான் ஒருவனும் ஒருத்தியும் கூடுகின்ற காலத்துப் பிறந்த பேரின்பம் அக்கூட்டத்தின் பின்னர் அவ்விருவரும் ஒருவர்க்கொருவர் தத்தமக்குப் புலனாக இவ்வாறிருந்த தெனக் கூறப்படாததாய், யாண்டும் உள்ளத்துணர்வே நுகர்ந்து இன்பம் உறுவதோர் பொருளாதலின் அதனை அகம் என்றார். எனவே, அகத்தே நிகழ்கின்ற இன்பத்திற்கு அகம் என்றது ஓர் ஆகுபெயராம்; இதனையொழிந்தன ஒத்த அன்புடையோர் தாமேயன்றி எல்லார்க்குந்துய்த்துரைப் படுதலானும் இவை இவ்வாறிருந்ததெனப் பிறர்க்குக் கூறப்படுதலானும் அவை புறம் எனப்படும். இன்பமேயன்றித் துன்பமும் அகத்தே நிகழுமாவெனின் அதுவுங் காமங் கண்ணிற்றேல் இன்பத்துள் அடங்கும். ஒழிந்த இன்பம்

புறத்தார்க்குப் புலனாகாமை மறைக்கப்படாமையிற் புறத்திணைப் பாலவாம்'' என உச்சிமேற்புலவர்கொள் நச்சினார்க்கினியர் அகத்திணையின் முகத்துக் கூறியவற்றால் நன்குணரலாகும். தலைவனுந் தலைவியும் அமுதமும் அதன்கட் கரந்த சுவையும்போல நெஞ்சத்தாற் கலப்புடைய காரணத்தால் வேறுபாடிலராயினும் இவ்வின்பம் துய்த்தற் பொருட்டு ஓருயிரே ஈருருவெடுத்து நின்றாற்போல அவனென்றும் அவளென்றும் வேறுபட்டுத் தோற்றி அன்பின் வழிச்செல்லும் இன்ப வெள்ளத்துத் திளைக்கும் பேரழகு அதனை அநுபவிக்கின்ற அவரகத்தான் உணரப்படுவதன்றி அவருள்ளும் ஒருவருக்கொருவர் வாயினால் இற்றெனக் கூறலாவதோர் பெற்றித்தன்றாதலின் இங்ஙனங் கூறினார்''

''ஆனந்த வெள்ளத் தழுந்து மொராருயி ரீருருக்கொண்

டானந்த வெள்ளத் திடைத் திளைத்தா லொக்கும்''

என்னும் (307) திருக்கோவையாரானும்,

''சொற்பா லமுதிவள் யான்சுவை யென்னத் துணிந்திங்ஙனே, நற்பால் வினைத் தெய்வந் தந்தின்று நானிவளாம் பகுதிப் பொற்பா ரறிவார்'' (திருச்சிற் - 8) என்பதனுரைக்கட் பேராசிரியர் ''நல்வினைத் தெய்வம் களவின்கட் கூட்ட அமுதமும் அதன்கட் கரந்து நின்ற சுவையுமென்ன என்னெஞ்சும் இவள் கண்ணே யொடுங்க, யானென்பதோர் தன்மை காணாதொழிய, இருவருள்ளமும் ஒருவே மாறு கரப்ப, ஒருவேமாகிய ஏகாந்தத்தின்கட் பிறந்த புணர்ச்சிப் பேரின்ப வெள்ளம் (இதனை யநுபவிக்கின்ற யானே யறியினல்லது) யாவரானறியப்படுமென்று மகிழ்ந்துரைத்தான்'' என்று விளக்கியதனாலும் இப்பெயர்க் காரணம் ஆராய்ந்து கொள்ளப்படும் (அகநானூறு - முகவுரை. ரா.இராகவையங்கார்)[9]

அகம் என்பது காதல் (களவு), திருமணம் (கற்பு), குடும்பம் தொடர்பான மானிடரின் தனி வாழ்க்கை. ஏனையன புறம் என்ற புற வாழ்க்கை.

''உளம் சார்ந்த காதல் வாழ்வை நிலம் சார்ந்த பின்னணியில் வைத்து ஆழங்காண முடியாத மனித மனங்களின் தன்மையை நுட்பமாக விளக்கிச் செல்லும் இதன் (சங்க இலக்கியம்) எடுத்துரைப்பியல் தன்மை தமிழின் தலைசிறந்த இலக்கிய ஆக்கங்களாக இதனை ஆக்கி விடுகின்றன. கிரேக்கச் செவ்வியல் இலக்கியங்களுக்கும், சமஸ்கிருதச் செவ்வியல் இலக்கியங்களுக்கும் இணையான பாரம்பரிய மரபு கொண்டிருந்தாலும், அதிலிருந்து வேறு பட்டதும் தனித்துவமானதுமான தன்மைகள் சங்க இலக்கியத்தில் காணப்படுகின்றன. குறிப்பாக இந்தியா முழுவதும் பரவியிருந்த அறிவுச் சொல்லாடலான அறம் பொருள் இன்பம் வீடு என்பவற்றின் அடிப்படையிலேயே நூலியற்ற, தமிழ்மரபு அதற்குமாற்றாக அகம், புறம் என்ற தன்மையில் வைத்து இயற்றியது''[10]

''அகம், புறம் என்பதைத் தமிழ் மரபாகவும், அறம், பொருள், இன்பம், வீடு என்பதை சமஸ்கிருத மரபாகவும் கொண்டு அகம் X புறம் என்ற பாகுபாட்டில் அறம், பொருள், இன்பம், வீடு ஆகியவற்றை உள்ளடக்கினர். தொல்காப்பியத்திற்கு உரை எழுதிய இளம் பூரணர், பொருள் அதிகாரத்தின் முன்னுரையில் அகம், புறம் என்பதற்கான விளக்கங்களைத் தெளிவாக விளக்கிக் கொண்டே வந்து, பின்னர் அஃதற்காக அறம், பொருள், இன்பம், வீடு என உலகத் தோரும் சமயத்தோரும் கூறுகின்ற பொருள்யாதனுள் அடங்குமெனின், அவையும் உரிப்பொருளினுள் அடங்கும்'' என்று கூறி அறத்திற்கும், வீடு பேற்றிற்கும் தொல்காப்பியத்திலிருந்து (புறத். 16, கற்பு. 51, புறத். 17) சில நூற்பாக்களைக் கூறுகிறார்.

அகம், புறம் என்பதைத் தமிழ் மரபாகவும், அறம், பொருள், இன்பம், வீடு என்பவை வடமொழி நூல் மரபாகவும் உரையாசிரியர் கொள்கின்றனர். அகம், புறம் என்பவற்றின் கோட்பாட்டு நூலான தொல்காப்பிய பொருளதிகாரத்தை அறம், பொருள், இன்பம், வீடு என்ற அடிப்படையில் வைத்து இளம் பூரணர் விளக்குகின்றார். இரு

வேறுபட்ட கலாச்சார அறிவு மரபுகளை மிக லாவகமாக உரையாசிரியர்கள் ஒன்றிணைக்கின்றனர்.

### அவ்வுரைப் பகுதி :

அறம், பொருள், இன்பம், வீடு என உலகத்தோரும், சமயத்தோரும் கூறும் பொருள் யாதனுள் அடங்குமெனின், அவையும் உரிப் பொருளினுள் அடங்கும். என்னை? வாகைத்திணையுள்,

"அறுவகைப்பட்ட பார்ப்பனப்பக்கமும்

ஐவகைமரபின் அரசர் பக்கமும்

இருமூன்று மரபின் ஏனோர் பக்கமும்" (புறத். 16)

என இல்லறத்திற்கு உரியவும்,

"காமம் சான்ற கடைக்கோட் காலை

ஏமம் சான்ற மக்களோடு துவன்றி

அறம்புரி சுற்றமொடு கிழவனும் கிழத்தியும்

சிறந்தது பயிற்றல் இறந்ததன் பயனே" (கற்பு. 51)

என நான்கு வருணத்தார் இயல்பும்

"நாலிரு வழக்கின் தாபதப் பக்கமும்" (புறத். 16)

எனவும்

"காமம் நீத்த பாலினானும்" (புறத். 17)

எனவும், புறமாகிய வீடு பேற்றிற்குரிய வானப் பிரத்த சந்நியாசிகள் இயல்பும் கூறுதலின், அறமும் வீடும் அடங்கின. வெட்சிமுதலாக தும்பை ஈறாகக் கூறப்பட்ட பொருண்மையும், வாகையிற் கூறப்பட்ட ஒரு சாரனவும், காஞ்சிப்படலத்து நிலையாமையும், பாடாண் பகுதியிற் கூறப்பட்ட பொருண்மையுமாகிய இவையெல்லாம் பொருளின்

பகுதியாதலின் அப்பொருள் கூறினாராம். அகத்திணையியலானும், களவியலானும், கற்பியலானும் இன்பப்பகுதி கூறினாராம்.

இந்நூலகத்து விரித்துக்கூறிய பொருள் யாதெனின், காமப் பகுதியும், வீரப்பகுதியும் என்க. இன்பம் காரணமாகப் பொருள்தேடும் ஆகலானும், பொருளானே அறஞ்செய்யும் ஆகலானும், இன்பமும் பொருளும் ஏற்றம் என ஓதினார் என உணர்க'' - இளம்பூரணர், பொருளதிகார முன்னுரை.

ஆக சமஸ்கிருத அடிப்படையில் தமிழ்நூலை விளக்க வேண்டியது உரையாசிரியர்களுக்கு அவசியமாகி இருந்தது. திருக்குறளுக்கு உரையெழுதிய பரிப்பொருமாள், காமத்துப்பாலின் அவதாரிகையில், ''இப்பகுதி வடமொழியில் போசராசன் எழுதிய வாற்சணியம் என்பதன் அடிப்படையில் அமைந்தது'' என்று எழுதுகின்றார்.

திருக்குறளின் காமத்துப்பால், வடநூல்மரபு வழியாகவே புரிந்து கொள்ளப்பட வேண்டியது என்பதை விளக்கும் பரிப் பெருமாள் தமிழ்மரபு, வடமொழி மரபு என்பதை வேறு படுத்திக் காட்டும் உரைப்பகுதி, அதன் முக்கியத்துவம் கருதி கீழே தரப்பட்டுள்ளது :

''காமப் புணர்ச்சியை வட நூலாசிரியர் அராகத்தாற் கூடும் கூட்டம் என்ப. இதுதான் மூவகைப்படும். அருமையிற் கூடலும், பிரிந்து கூடலும், ஊடிக் கூடலும், என, அருமையிற்கூடுதல் ஆவது. கூடுவதற்கு எளிது அண்மையால் ஒருவர் ஒருவரைக் கண்டகாலம் தொட்டும், ஒத்த நினைவினராய் நின்று கூடுதல், பிரிந்து கூடுதல் ஆவது. இவ்வாறு கூடினார் பின்பு ஒரு காரணத்தால் பிரிந்து அதன்பின் கூடுதல், ஊடிக்கூடல், ஆவது தலைமகன் மாட்டுத்தவறு கண்டு புலந்த தலை மகளைப் புலவி நீக்கிக் கூடுதல் இவை மூன்று கூட்டமும் இவற்றது நிமித்தமும் இக்காமத்துப் பாலும் கூறுதல் தமிழ் நடையன்று; ஆதலின் இதற்கு இலக்கணம் யாங்கனம் பெறுதுமெனின், இவ்விலக்கணம் தமிழ் நடையாயின் அகம், புறம் என்று கூறுதல் வேண்டும். அவ்வாறு கூறாது

அறம், பொருள், இன்பம் என வடநூல் வழியே கூறினார். ஆதலின் இதற்கு இலக்கணம் வாற்சனியம் என்றும் காமதந்திரத்துச் சுரத விகற்பம் என்னும் அதிகாரத்துக் கண்டுகொள்க. அன்றியும், 'புணர்தல், பிரிதல், இருத்தல், இரங்கல், ஊடல் இவற்றின் நிமித்தம் என்றிவை, தேருங்காலை திணைக்குரிய பொருளே' என்றாராதலின் அவற்றுள் இருத்தலும், இரங்கலும் பிரிந்துழி நிகழு மன்றே; அவற்றைப் பிரிவினுள் அடக்கிப் புணர்தலும், பிரிதலும், ஊடலும் எனத் தமிழ் நடையிற் கூறினும் இழுக்காது" -பரிப்பெருமாள் காமத்துப்பால் அவதாரிகை.

தமிழ் அக இலக்கிய மரபு நிலையில் வைத்து நோக்காமல், வடமொழி இலக்கண நூலினை அடிப்படையாகக் கொள்வது கவனிக்கத்தக்கது. அறம், பொருள், இன்பம், வீடு என்ற தன்மையில், வீடு பேற்றைத் திருக்குறள் விளக்காமையால், வீடு பேற்றினை மட்டும் கூறும் திருமுருகாற்றுப் படைக்கும் சேர்த்து உரையெழுதினர். பரிமேலழகர், பரிப் பெருமாள், பரிதியார் ஆகிய மூவரும் திருக்குறளுக்கும், திருமுருகாற்றுப் படைக்கும் உரையெழுதினர். காரணம் அறம், பொருள், இன்பம், வீடு என்ற நான்கும் இவ்விருநூலில் பூர்த்தியாதலை நோக்கியே ஆகும்."[11]

"அகம் என்பது காதல்; புறம் என்பது கொடை, அளி, செங்கோல் மற்றும் போர்த் தொடர்பானது என்ற விளக்கம் மேற்போக்காகக் கூறப்படுவது. இளம்பூரணர் 'அகப் பொருளாவது போக நுகர்ச்சியாகலான், அதனால் ஆய பயன்தானே அறிதலின், அகம் என்றார்' என்றும் 'புறப்பொருளாவது, மறஞ்செய்தலும் அறஞ்செய்தலும் அகலான் அவற்றான் ஆய பயன் பிறர்க்குப் புலனாதலின் புறம் என்றார்' என்றும் விளக்குவர்... அகம், புறம் என்ப பொருள்கருதிப் பிரிக்கப் படுவனவா, உத்திகள் (techniques) கருதிப் பிரிக்கப்படுவனவா என்பதும் ஆராயத்தக்கது. முதலில் அவை பொருள் கருதியே பெரும்பகுதி பிரிவுபட்டிருக்க வேண்டும். தொல்காப்பியர்,

"மக்கள் நுதலிய அகன்ஐந் திணையும்

சுட்டி ஒருவர்ப் பெயர் கொளப் பெறா அர்" (1008)

"புறத்திணை மருங்கின் பொருந்தின் அல்லது

அகத்திணை மருங்கின் அளவுதல் இலவே" (1001)

என்று அகப்பாடல்களில் சுட்டிக் கூறும் ஒருவரது இயற்பெயர் வாராது என்கிறார். ஏனெனில் அது மக்கள் அனைவரையும் பொதுவாகக் கருதிப் பாடப்படுவது; மக்களுள் ஒருவரை மட்டும் கருதிப்பாடப்படுவது அன்று. இக்கோட்பாட்டின்படி அகப்பாடலே யாயினும் ஒருவரது இயற்பெயர் அறியப்பட்டால் அது புறமாகிவிடும்; ஏனெனில் அது மக்கள் நுதலிய தாகாது; ஒருவரை மட்டும் நுதலியதாகிவிடும். 'அகம்' என்பது பெயர் அறியப்படாதது, மறை பொருளானது என்றும், 'புறம்' என்பது அப்பெயர் வெளியிடப்பட்டு விட்டது என்றும் இதன்படி பொருள் கூறின் இன்னும் பொருத்தமுடையதாக இருக்கும்."[12]

தொல்காப்பியர் அகத்திற்கே முதலிடம் தந்து, முதலில் கூறி அதற்கு நேரான புறத்தைக் கூறுகிறார் :

வெட்சிதானே குறிஞ்சியது புறனே     (1002)

வஞ்சிதானே முல்லையது புறனே     (1007)

உழிஞைதானே மருதத்துப் புறனே     (1010)

தும்பைதானே நெய்தலது புறனே     (1015)

வாகைதானே பாலையது புறனே     (1019)

காஞ்சிதானே பெருந்திணைப் புறனே     (1023)

பாடாண்பகுதி கைக்கிளைப் புறனே     (1026)

"திணை எனும் கலைச் சொல் குடும்பம், நிலம், இனம், குடியிருப்பு எனும் பல்வேறு பொருள்களைக் கொண்டிருந்தாலும், இவற்றில்

எல்லாம் மேம்பட்ட நிலையில் இச்சொல் ஒழுக்கம் எனும் பொருளிலேயே தொல்காப்பியரால் ஆளப்பட்டுள்ளது. இந்த ஒழுக்கம் அகம், புறம் என இருதிறப்பட்டாலும் இவை தனித்தனியே அணுகத்தக்கவை அல்ல, இரண்டும் ஒன்றோடு ஒன்று தொடர்பு உடையவை என்பதே தொல்காப்பியரின் திணைக் கோட்பாட்டு அடிப்படை. இதனால்தான் ஒவ்வொரு அகத்திணையையும் அவர் ஒவ்வொரு புறத்திணையோடு இயைபுபடுத்தியே புறத்திணையியலில் புறத்திணைகளின் இலக்கணத்தை வரையறுத்துள்ளார்''[13]

தொல்காப்பியத்தையும், அகம், புறம் என்ற பாகுபாடமைந்த கலித்தொகை நூல்களையும் ஆராயுமிடத்து பண்டை நாட்களிலேயே அகம் சிறப்புற வளர்ச்சி பெற்றிருந்திருக்கக் கூடுமெனக் கருதலாம். மேலும் தொல்காப்பியரும் அகத்திணைக்கே மிக்க மதிப்பளிப்பதோடு விரிவுறவும் அதனை விளக்குகின்றார்.

அவர் செய்யுளியலில் 'திணை' என்ற பெயரால் அகத்திணையையே குறிப்பதுடன் அகத்திணைக் கூற்றுகளையே திணைக்குரியனவாகக் கூறுகிறார் (1259). புறத்தின்துறைகள் செய்யுளியலிற் கூறப்பெறவில்லை (947, 1441). அவர் இரண்டிடங்களில் 'கைக்கிளை' என்பதைத் தெளிவுறக் குறிக்கிறார். ஐந்து திணைகளும், பெருந்திணையும் முன்னரே விளக்கமும் விரிவுமுறக் கூறப் பெற்றன. அகத்திணை என்பதற்கு முன்னடையாக இவ்விரண்டு இடங்களில் பயன்படுத்தப்பட்டதொடர்கள் 'முற்படக்கிளந்த' என்பதும் 'முற்கிளந்தனவே' என்பதும் ஆகும். இக்கூற்று ''அகத்திணைச் செய்யுள் மரபின் முற்பட்ட வளர்ச்சியைத் தெளிவுறக்காட்டும். அவர் புறத்திணையின் முதல் நூற்பாவில், அகத்திணை இலக்கணத்தைக் குற்றமற அறிந்தவர்கள் புறத்திணை விதிகளைக் கூறத் தகுதியுடையவர்கள்'' என்று கூறுவார். செய்யுளியலில் புறத்திணை பற்றிக் கூறாத நிலையில் அகத்திணையின் பெரும் பிரிவுகள் கூறப்பெறுகின்றன. அகச் செய்யுளைக்கருதியே

(புலனெறி வழக்கம்) (தொல். 999) அவர் இலக்கிய மரபுக்குரிய விளக்கத்தை அளிக்கின்றார். அவர் அகமரபுகளைச் சுட்டுகையில் 'பாடலுட் பயின்றவை' என்றும் 'பாடல் சான்ற' என்றும் கூறுவார். இவ்வாறு கூறுவது, அவை புறப்பாடல்களிலும் அகப்பாடல்களே மிகுதியும் இயற்றப்பட்டன என்பதை வெளிப்படுத்தும் (தொல். 949, 999)

தொல்காப்பியர் புறத்திணையை ஒரே இயலில்கூறி, அகத்திணையை நான்கு இயல்களிற் கூறுவார். அதுவும் புறம் பற்றிய இயல், அகம் பற்றிய இயல்களுக்கு நடுவே வைக்கப்பட்டுள்ளது. இதிலிருந்து புறம், அகத்திணையைச் சார்ந்திருந்தது என நாம் உய்த்துணரலாம். அகம், புறம் என்ற இவ்விருவகைத் திணைச் செய்யுட்களும் சமமாக மிக பழமை உடையன எனினும் அகப்பிரிவு இலக்கியக் கொள்கை வகுப்பதில் முற்படவே நன்கு வளர்ச்சியும் வகைமையும் பெற்றிருந்தது எனலாம்."[14]

அகம், களவு, காமம், காதல், திணை என்ற சொற்கள் ஒன்றுக்கென்று பொருள் இயைபு கொண்ட ஒத்த பொருட் சொற்கள் எனலாம்.

"வயது வந்த ஆணும், வயது வந்த பெண்ணும் தம்முள் நட்புக் கொண்டு ஒழுகிக் காதலித்தலைக் 'களவு' என்று அழைத்தனர். இருவரும் காதலித்து ஒழுகுதல் முதலில் பிறர் அறியாமல் நிகழ்தலின் அதைக்களவு என்று கூறினர்"[15]

## 4. களவு

அகம் என்பது களவும், கற்பும் ஆயினும் 'அகம்' என்பது சிறப்பாக 'களவு' என்பதையே குறிக்கும்.

இறையனார் அகப் பொருளானது களவியல், கற்பியல் கூறினும் 'களவியல் என்ற இறையனார் அகப் பொருள்' என்றே தலைப்பிடப் பெற்றுள்ளது. இறையனார் அகப்பொருள் முதல் நூற்பாவில்.

''அன்பின் ஐந்திணைக் களவெனப்படுவது'' என அன்பின் ஐந்திணையே களவு, என்று சிறப்பிக்கப்படுகிறது.

''மக்கள்நுதலிய அகன் ஐந்திணையும்''[16]

''அன்பொடு புணர்ந்த ஐந்திணை''[17]

''அன்பின் ஐந்திணை''[18]

''திணையே... அகன் ஐந்திணையும் உரைத்தல் ஆறே'' என்பது என்னுதலிற்றோ எனின், மேற்களவும் கற்பும் உணர்த்தினார், இனி அவ்விரண்டு பற்றி வருகின்ற பாட்டினை இக்கூறப்பட்ட பத்திலக்கணத்தானும் உரைக்க என்பது உணர்த்துதல் நுதலிற்று. இதன் பொருள் :

திணையென்பது பல்பொருள் ஒரு சொல்லாய்க் கிடந்தது: நிலத்தினையும் திணை என்ப; குலத்தினையும் திணையென்ப; ஒழுக்கத்தினையும் திணை என்ப; ஆகவே, ஆகுபெயரால், அவரால் ஒழுகலாறு நிகழ்ந்த இடத்தினையும் திணை என்றார்; அவை குறிஞ்சி, பாலை, முல்லை, மருதம், நெய்தல் என ஐந்து வகைப்படும்.

அவை அறியுமிடத்து முதல், கரு, உரிப்பொருள் பற்றி அறியப்படும் என்றவாறு. அவ்விலக்கணமெல்லாம் மேல்,

'அன்பினைந்திணை' (இறையனார் -க) என்றதன் வழியே உணர்த்திப் போந்தாம். அவை திணையெனப்படுவன.

அகப்பாட்டின் ஒரு பாட்டுக் கேட்டவிடத்து இவ்வைந்திணையுள்ளும் இன்னதென்று பற்றி வந்ததென்று சொல்வது.''[19] என்று களவியல் உரை கூறும்.

''தமிழ் நூலார் இலக்கியங்களை அகம் என்றும் புறம் என்றும் இரு வகையாகப் பிரித்தனர். ஆங்கில நூலார் பிரித்துள்ள, தன்னைப் பற்றியன (Subjective Poems) பிறரை - பிறவற்றைப் பற்றியன (Objective Poems) என்ற பிரிவினோடு அகம், புறம் என்பன ஒருவகையில்

ஒத்திருப்பதைக் காணலாம்... பழந்தமிழர் 'அகம்' காதல் பற்றியும் 'புறம்' காதலின் தொடர்பாக விளையும் பிறவற்றையும் குறிக்கும் எனப் பொருள் கொண்டு அவ்வகையிலேயே இலக்கியங்களைப் படைத்துள்ளனர். காதலே உலகத்தின் உயிர் என்று கூறலாம். உலகப் பெருக்கத்திற்கும் வளத்திற்கும் காதல்தான் அடிப்படை... காதலை இலக்கிய ஊற்று என்றும் கூறலாம். உலக இலக்கியங்களை ஆராய்ந்தால் காதல் அடிப்படையில் தோன்றியுள்ள இலக்கியங்கள் எண்ணற்றனவாய் இருப்பதை எளிதில் தெளியலாகும்''[20]

------- x -------

''தொல்காப்பியரின் மெய்ப்பாட்டுக் கொள்கை தமிழ்த் திணை இலக்கிய மரபு வழிப்பட்டது. பொருளதிகாரத்தை நுட்பமாக ஆராய்வார், அதன் கண் அகத்திணை ஒன்றனையே அடிப்படையாகக் கொண்டும், புறத்திணையை அதனோடு சார்பு படுத்தியுமே இலக்கணம் கூறப்படுகின்றதென்பதை நன்குணர்வர். உவமவியல் பொதுப்பட அமையினும் அதன் பிற்பகுதியில் உள்ளுறை பற்றியும் தலைவி, தோழி கூற்றில் அஃது அமையும் முறை பற்றியும் சிறப்பாக எடுத்தோதுவன அகம் பற்றியனவேயாம். மரபியலும் கருப்பொருளாட்சியுடைய அகத்திணையை நோக்கியே அமைக்கப்பட்டதென்பது போதரும். அவற்றைப் போல மெய்ப்பாட்டியலும் பெரும்பான்மையும் அகத்திணைப் பாடல்களை நோக்கியே யாக்கப் பெற்றதென்பது அதன் அமைப்பை நோக்குவார்க்கு இனிது புலனாகும்...''

மெய்ப்பாட்டைச் செய்யுள் உறுப்புகள் 34இல் ஒன்றாகத் தொல்காப்பியர் கொண்டதற்குரிய காரணத்தை, இளம்பூரணர் தெளிவாக எடுத்துக் கூறுகிறார். ''அஃதேல், இவ்விலக்கணம். கூத்தினுள் பயன்படுதல் உண்டாதலின் ஈண்டு வேண்டவாமெனின், ஈண்டும் செய்யுட் செய்யுங்கால் அவைபடச் செய்ய வேண்டுதலின் ஈண்டுங்கூற வேண்டுமென்க'' என்பது அவர் விளக்கம்.[21]

## 5. கவிதை உத்தி

பாடல்களில் சொல்ல வந்த செய்திகளை நுட்பமாகத் தெரிவிக்க, புலவர்களால் அணி (உவமை; உருவகம் முதலியன) குறிப்புப்பொருள், பொருள் கோள் போன்ற பல்வேறு உத்திகள் கையாளப்பட்டுள்ளன. குறிப்பாக அகப்பாடல்களில் உள்ளுறை, இறைச்சி என்ற இலக்கிய உத்திகளைச் சங்கச் சான்றோர் பயன்படுத்தியுள்ளனர். இவை எளிய உவமை போன்று தோன்றினும் நுட்பமான பிறிதொரு பொருள் பாடலில் அமைந்து வருவதை நாம் கவனிக்க முடிகின்றது. சூழலில் அமைந்துள்ள கருப்பொருட்களே இவ்உவமைகளை அமைக்க உதவுகின்றன.

## 6. குறிப்புப் பொருள்

பாடலில் மேலோட்டமாகத் தெரியும் பொருள்தவிர, வேறு ஒரு பொருள் பாடலில் அமைந்திருக்கும். இந்த உட்பொருள் அல்லது மறு பொருளே பாடலின் குறிப்புப் பொருள் ஆகும். இவ்வகைச் செய்யுள் அணியே அகப்பாடல்களின் தனிச் சிறப்பையும், அழகியல் தன்மையையும் காட்ட வல்லன. இது suggestion என்றும், வடமொழியில் ‘தொனி’ என்றும் அழைக்கப்படுகின்றது. ஆனந்த வர்த்தனர், அபிநவகுப்தர்; உத்பாதர், வாமனர் போன்றோர் ‘தொனி’ என்ற குறிப்புப் பொருள் குறித்து வடமொழியில் விரிவாகப் பேசிய சான்றோர்களாவர். ஆனந்த வர்த்தனரின் ‘தொனியா லோகம்’ என்னும் ‘குறிப்புப் பொருள்’ பற்றிய நூலுக்கு அவிநவகுப்தர் ‘இலோசனம்’ என்ற மிகச்சிறந்த உரை செய்துள்ளார்.

“செய்யுளுக்கு நேரிடையான பொருள் என்றும், மறைமுகமான குறிப்புப் பொருள் என்றும் இருவகைப் பொருள் உண்டு; மறைமுகமான குறிப்புப் பொருளே செய்யுளுக்கு உயிர்ப்பு போன்றது”[22]

## 7. உள்ளுறை

"அகத்திணைப் பாடல்களில் உள் நுழைவதற்குப் பெரும் சவாலாக இருப்பது உள்ளுறை முதலிய குறிப்பால் பொருளுணர்த்தும் உத்திகளாகும். இவ்வுத்திகள் ஒரு திட்டமிடப்பட்ட புலமை மரபினால் உருவாக்கப்பட்டவை. இதனை விளங்கிக் கொள்வதன் மூலமே இப்பாடலுக்குள் மேலும் பயணிக்க வழி கிடைக்கும். சங்க இலக்கிய அக நூல்களுக்கு உரை எழுதிய பலரும் இதனை உணர்ந்தே உரை எழுதியுள்ளனர்"[23]

"சிந்திக்க வைக்கும் செய்தி எதுவோ அது செயலூக்கியாகத் திகழுதல் உறுதி. அதனால், அகத்திணை உரையாடல்களில் ஓர் அரிய உத்தியை வகுத்து, நூன் மரபாகப் போற்றினர். அஃது உள்ளுறை உவமை என்பது, இயல்பாக வழங்கும் உவமையோடு, இவ்வுள்ளுறை உவமையும் வரச் செய்யுள் இயற்றல் சிறக்கும், அகப் பொருளுக்கு என்று கூறும் அவர்,

அதன் இலக்கணத்தை,

உள்ளுறுத்து இதனோடு ஒத்துப் பொருள்முடிகென

உள்ளுறுத்து இறுவதை உள்ளுறை உவமை (999) என்கிறார்.

"அலை கொழித்துத் திரட்டிய மணல் மேட்டை அசையும் துகிலைப் போலக் காற்றுத் தூற்றும் கடற்கரைத் தலைவனே" என்று குறிப்பிடுவதன் வாயிலாகத் தலைவர் தலைவியர் சந்திப்பு ஊரவர் அறிந்து தூற்றப்படு பொருளாகியமையைத் தோழி உணர்த்துகிறாள் தலைவனுக்கு. இதன் உட்கருத்து 'காலம் நீட்டாது உடனே மணந்து கொள்' என்று ஏவுதலாகும். இதனை,

"முழங்கு திரை கொழீஇய மூரி எக்கர்

நுணங்கு துகில் நுடக்கம் போலக் கணங்கொள

ஊதை தூற்றும் உரவு நீர்ச் சேர்ப்ப" என்கிறார் (நற். 15)

**உள்ளகத்துப் பொருளாகிய அகம், உவமை வழியால் கூட வெளிப்படல் சிறப்பன்று என்று கொண்ட உயர் நெறியே இவ்வுள்ளுறை எனல் சாலும்...**

கருப்பொருளை அடியாகக் கொண்டு உள்ளுறை தோன்றும் என்னும் ஆசிரியர், 'தெய்வம்' என்னும் கருப்பொருள் உள்ளுறையில் இடம் பெறக் கூடாது என்றும் வரம்பு காட்டுகிறார்.

புலப்பாடு இல்லாத ஒன்றைக் காட்சியளவில் விளக்கிப் புலப்படுத்தலே முறை. அவ்வாறு காட்சி வகையால் காட்டமுடியாத ஒன்றால், புலப்படுத்த எண்ணல் புலப்பாடாகாது என்பதால் விலக்கினார் எனத் தெளியலாம்."[24]

நச்சினார்க்கினியர், ''பத்துப்பாட்டுக்கு உரைகூறும் முறையியலிலிருந்து வேறான ஒருமுறையியலில் கலித்தொகைக்கு உரை எழுதியுள்ளார்... சங்க இலக்கியத்தில் கலியாப்பிலமைந்த 150 அகப் பாடல்கள் கொண்ட தொகை நூலாகிய கலித் தொகையின் ஒவ்வொரு பாடலுக்கும் மிக விரிவாக உரையெழுதியுள்ளார். ஒவ்வொரு பாட்டிலும் உள்ளுறை உவமம் எது ஏனைய உவமம் எது என அறிந்து, உள்ளுறையில் ஒளித்து வைக்கப்பட்ட பொருளைத் திறம்பட வெளிப்படுத்துவதாக அப்பாயிரம் (நச்சினார்க்கினியரின் கலித்தொகை உரையைப் பற்றிக் குறிப்பிடும் உரைச்சிறப்புப் பாயிரம்) கூறுகிறது:

''உள்ளுறை உவமத்து ஒளித்த பொருளைக்

கொள்பவர் கொள்ளக் குறிப்பறிந்துணர்த்தி'' என்பதாக.

உள்ளுறை குறித்த விளக்கத்தினை தொல்காப்பிய அகத்திணை இயலில் கூறி, அது அகப்பாடல்களுக்கு உரியது என்பதைக் குறிப்புப் பொருளாகத் தொல்காப்பியர் கூறியுள்ளார்:

''உள்ளுறை உவமம் ஏனை உவமம் எனத்

தள்ளாதாகும் திணை உணர் வகையே'' (992)

''உள்ளுறை தெய்வம் ஒழிந்ததை நிலன் எனக்

கொள்ளும் என்ப குறியறிந்தோரே'' (993)

''உள்ளுறுத்து இதனோடு ஒத்துப்பொருள் முடிக என

உள்ளுறுத்து இறுவதை உள்ளுறை உவமம்'' (994)

என அகத்திணை இயலிலும்,

''உடனுறை, உவமம், சுட்டு, நகை, சிறப்பு எனக்

கெடலரும் மரபின் உள்ளுறை ஐந்தே'' (1188)

என பொருள் இயலிலும்,

''பிறி தொடுபடாது பிறப்பொடு நோக்கி

முன்ன மரபின் கூறுங்காலைத்

துணிவொடு வரூஉம் துணிவினோர் கொளினே''(1244)

''உவமப் போலி ஐந்தெனமொழிப'' (1245)

''தவலருஞ்சிறப்பின் அத்தன்னை நாடின்

வினையினும் பயத்தினும் உறுப்பினும் உருவினும்

பிறப்பினும் வரூஉம் திறத்தியல்'' என்ப (1246)

என உவம இயலிலும், உள்ளுறை பற்றி தொல்காப்பியர் மிக விரிவாகவே கூறியுள்ளார்.

உள்ளுறை குறித்து, சிறந்த காட்டுப் பாடல்கள் மூலம் நச்சினார்க்கினியர் தமது தொல்காப்பிய உரையில் (அகத்திணையியல் 47) நல்ல விளக்கங்களைக் கூறுகின்றார் :

'உள்ளுறை தெய்வ மொழிந்ததை நிலனெனக்

கொள்ளும் என்ப குறியறிந்தோரே'

“இதுமுறையே உள்ளுறை உவமங் கூறுகின்றது. உள்ளுறை என்பது உவமம், தெய்வ முதலிய கருப்பொருட் தெய்வத்தை ஒழித்து, ஒழிந்த கருப்பொருள்களே தனக்கு தோன்றும் நிலனாகக் கொண்டு புலப்படுமென்று கூறுப இலக்கணம் அறிந்தோர்.

எனவே, உணவு முதலிய பற்றிய அப்பொருள் நிகழ்ச்சி பிறிதொன்றற்கு உவமையாகச் செய்தல் உள்ளுறையுவமமாயிற்று. உ-ம்

ஒன்றே னல்ல னொன்று வென் குன்றத்துப்

பொருகளிறு மிதித்த நெரிதாள் வேங்கை

குறவர் மகளிர் கூந்தற் பெய் மார்

நின்றுகொய மலரும் நாடனொ

டொன்றன் தோழி றொன்றி னானே - குறுந். 208

இக்குறுந்தொகை, பிறிதொன்றின் பொருட்டுப் பொருகின்ற யானையான் மிதிப்புண்ட வேங்கை நசையற உணங்காது மலர் கொய்வார்க்கு எளிதாகி நின்று பூக்கும் நாடனென்றதனானே தலைவன் நுகருங்காரணத்தாலன்றி வந்து எதிர்ப்பட்டுப் புணர்ந்து நீங்குவான் நம்மை இறந்துபாடு செய்வியாது ஆற்றுவித்துப் போயினானெனவும், அதனானே நாமும் உயிர்தாங்கியிருந்து பலரானும் அலைப்புண்ணா நின்றனம் வேங்கைமரம் போல எனவும், உள்ளத்தான் உவமங் கொள்ள வைத்தவாறு காண்க... இனி அது உள்ளத்தான் உய்த்துணர வேண்டுமென மேற் கூறுகின்றார் : (அகத்திணையியல் 48)

உள்ளுரை உவமமாவது இதுவெனல்

“உள்ளுறுத் திதனோ டொத்துப் பொருள் முடிகென

உள்ளுறுத் திருவதை உள்ளுறை உவமம்”

இதுவும் அங்ஙனம் பிறந்த உள்ளுறை உவமத்தினைப் பொருட்டு உபகாரம் பட உவமங் கொள்ளுமாறு கூறுகின்றது.

புலப்படக் கூறுகின்ற இவ்வுவமத்தோடே புலப்படக் கூறாத உவமிக்கப்படும் பொருள் ஒத்து முடிவதாகவென்று. புலவன் தன் உள்ளத்தே கருதி, கேட்டோர் மனத்தின் கண்ணும் அவ்வாறே நிகழ்த்துவித்து அங்ஙனம் உணர்த்துவதற்கு உறுப்பாகிய சொல்லெல்லாம் நிறையக் கொண்டு முடிவது உள்ளுறை உவமம்.

இதனாலே புலவன்தான் கருதியது கூறாத வழியுங் கேட்டோர்க்கு இவன் கருதிய பொருள் ஈதென்றாராய்ந்து கோடற்குக் கருவியாகிய சில சொற் கிடப்பச் செய்தல் வேண்டுமென்று கருத்தாயிற்று. அது,

''வீங்குநீ ரவிழ்நீலம் பகர்பவர் வயற்கொண்ட

ஞாங்கர் மலர்சூழ் தந் தூர்புகுந்த வரிவண்

தொங்குய ரெழில்யானைக் கனைகடாங் கமழ்நாற்ற

மாங்கவை விருந்தாற்றப் பகலல்கி கங்குலான்

வீங்கிறை வடுக் கொள வீழுநர்ப் புணர்ந்தவர்

தேங்கமழ் கதுப்பினு ளரும்பவிழ் நறுமுல்லை

பாய்ந்தூதி படர்தீர்ந்து பண்டுதாம் மரீஇய

பூம்பொய்கை மறந்துள்ளாப் புனலணி நல்லூர'' (கலி. 66)

இதனுள், வீங்குநீர் பரத்தையர் சேரியாகவும், அதன் கண் அவிழ்ந்த நீலப்பூ காமச் செவ்வி நிகழும் பரத்தையராகவும், பகர்பவர் பரத்தையரைத் தேரேற்றிக் கொண்டுவரும் பாணன் முதலிய வாயில்களாகவும், அம்மலரைச் சூழ்ந்த வண்டு தலைவனாகவும், யானையின் கடாத்தை ஆண்டுறைந்த வண்டுகள் வந்த வண்டுக்கு விருந்தாற்றுதல், பகற்பொழுது புணர்கின்ற சேரிப்பரத்தையர் தமது நலத்தை அத்தலைவனை நுகர்வித்தலாகவுங், கங்குலின் வண்டு முல்லையை ஊதுதல் இற்பரத்தையருடன் இரவு துயலுறுதலாகவும், பண்டு மருவிய பொய்கையை மறத்தல் தலைவியை மறத்தலாகவும்,

பொருள்தந்து ஆண்டுப் புலப்படக் கூறிய கருப்பொருள்கள் புலப்படக் கூறாத மருதத்திணைப் பொருட்டு உவமமாய்க் கேட்டோ னுள்ளத்தே விளக்கி நின்றவாறு காண்க.''

## 8. உள்ளுறை - கருப்பொருள்

உள்ளுறை உவமத்திற்கு தெய்வம் ஒழிந்த ஏனைய கருப்பொருட்கள் புலவர்களால் ஆளப்பட்டுள்ளன.

"உள்ளுறை தெய்வம் ஒழிந்ததை..." (993)

"உணர்தவற்கரிதாம் உவமப் போலி... கருப்பொருள் களனாக் கட்டுரை பயின்று"[25]

1. உள்ளுறை உவமை சார்ந்தது

2. உவமை போலப் பொருள், உவமை உருபு என்ற அமைவு இல்லாதது

3. உவமைப் போலி எனவும் வழங்கப்படுவது.

4. வினை, பயன், உறுப்பு, உருவு, பிறப்பு என்றும் ஐவகையில் வரும்.

5. தெய்வம் தவிர்ந்த கருப் பொருட்களை இடமாக் கொண்டு வரும்.

6. இதன் இலக்கணம் :

"உள்ளுறுத் திதனோடு ஒத்துப் பொருள் முடிக என / உள்ளுறுத்து இறுவதை உள்ளுறை உவமம்" என்பது எடுத்துக் கொண்ட பொருளை உள்ளேசெறிய வைத்து அமைக்கப்படும் உவமை என்பது இதன் சுருக்க இலக்கணம்.

அகப் பொருளில் பயலும் இவ்வுள்ளுறை தலைவி, தோழி, தலைவன், செவிலி ஆகியோர் கூறுதற்கு உரியர்.

தலைவி, அவள் அறிந்த இடம், பொருள் கொண்டு சொல்வாள். தோழி, அவள் வாழும் நிலப்பரப்பளவும் கொண்டு சொல்வாள். தலைவன், அவன் அறிந்த விரிவாலும் அறிவாலும் சொல்வான். மற்றவர்க்கு இன்ன இடமென்றும் வரையறை இல்லை. உள்ளுறை இன்பம் தழுவியதாகவும் துன்பம் தழுவியதாகவும் உவமை வழியில் வெளிப்படும்.

உள்ளுரையானது கருப்பொருள் என்னும் இயற்கைச் சூழலில் இருந்து முகிழ்ப்பது. வெளிப்பார்வைக்குச் செடி, கொடி, மரம், பறவை, விலங்குகளின் இயல் செயல்களைப் புனைவது போல் தோன்றும். இவற்றைக் கூறுவது, தாம் கூறப்புகுந்த அகப்பொருளுக்கு நயமும் நலனும் சேர்ப்பதற்கே என்பதை உட்கொண்டே துயக்க வேண்டும்; பொருளும் காண வேண்டும்.''[26]

## 9. இறைச்சி - கருப்பொருள்

இறைச்சிப் பொருளுக்கும் சருப்பொருளே துணையாகின்றது.

"கருப்பொருள்களாங் கட்டுரை பயின்ற / பொருட்புறத்தனவாம் இறைச்சிப் பொருளணி''[27]

"கருப்பொருள் பிறக்கும் இறைச்சிப் பொருளே''[28]

"இறைச்சிப் பொருள் வயின் செய்யுளும் கிளக்கும்

இயற்பெயர்க்கிளவி உயர்திணை சுட்டா

நிலத்துவழி மருங்கில் தோன்றலான''[29]

எனச் சொல்லதிகாரத்திலும்,

"இறைச்சிதானே பொருள் புறத்ததுவே''[30]

"இறைச்சியிற்பிறக்கும் பொருளுமார் உளவே

திறத்தியல் மருங்கின் தெரியுமார்க்கே''[31]

''அன்புறு தகுந இறைச்சியுட் சுட்டலும்

வன்புறையாகும் வருந்திய பொருதே''[32]

என பொருளதிகாரத்துப் பொருளியலிலும் இறைச்சியின் இலக்கணத்தைத் தொல்காப்பியர் கூறுகின்றார்.

''இறைச்சி என்பது கூறும் பொருளுக்கு அப்பாலாய் அமைவது. 'இறைச்சி தானே பொருட்புறத்ததுவே' என்பது அதன் இலக்கணம். சொல்ல வேண்டிய கருத்துக்கு வேறாக அடைமொழி அமைவில் நின்று பயன் செய்வது. 'பொருட் புறத்ததுவே' என்பதற்கு 'உரிப்புறத்ததுவே' என்பது இளம் பூரணர் பாடம். பொருட் புறத்ததுவே என்பது நச்சினார்க்கினியர் பாடம்''

இறைச்சியை ஆராய்ந்து பார்த்தவர்க்கு வெளிப்படக் கூறும் பொருளுக்குப் புறத்ததாகிய பொருள் உள்ளமை புலப்படும் என்பதை,

''இறைச் சியிற்பிறக்கும் பொருளுமா ருளவே

திறத்தியல் மருங்கில் தெரியுமார்க்கே''[33] என்பார் (1176)

இறைச்சி பற்றிக் காணலாம்:

'இறைச்சிதானே பொருள் புறத்ததுவே'

இறைச்சியில் பிறக்கும் பொருளுமாருளவே

திறத்தியல் மருங்கில் தெரியு மார்க்கே''

என்பவை இறைச்சி இலக்கணம் (1175, 1176)

பொருளியலில் உள்ள இந்நூற்பா விளக்கம், உள்ளுறையின் தொடர்பு கருதி இவண் கூறப்படுகிறது.

இறை கூர்தல், இறை கொண்ட, இறை கொள்ளும் என்பன சங்க நூல்களில் பெருக வழங்குவன.

இறை என்பது தாங்குதல். இறை என்றும் அரசு வழிப்பெயரும், கடவுள் வழிப்பெயரும் தங்குதல் பொருளவே.

ஒன்றில் ஒன்று ஒன்றியிருத்தல் இறைச்சியாம். இதனை 'உடனுறை' என்றது அறிந்தோம்.

மலருள் மணம் போலவும், தேனுள் சுவை போலவும் ஒன்றி உடனாகி இருப்பது இறைச்சி. கொழுமை தங்கி இருப்பது என்னும் பொருளிலேயே ஊனாகிய இறைச்சியும் பெயர் பெற்றதாகலாம்.

உள்ளுறைக்கும் இறைச்சிக்கும் வேறுபாடு என்ன எனின், உள்ளுறை, உவமையைக் கூறிப் பொருந்திய பிறிதொரு பொருளைப் பெற வைப்பது. அவ்வாறன்றிச் சொல்லிய பொருளிலேயே அதன் குறிப்பாகப் பிறிதொரு பொருளைக் கொள்ள வைப்பது இறைச்சி.

'குறிப்புப் பொருளே இறைச்சியாகும்; உள்ளுறை உவமை போல ஒன்றற்கு ஒன்று என்று ஒப்புமைப்படுத்திப் பார்ப்பதெல்லாம் இங்குக்கூடாது; இயலாது' என்பார் பெருமுனைவர் தமிழண்ணல்.

'இறைச்சிதானே உரிப்புறத்ததுவே' என்பது இளம்பூரணர் பாடம்.

'இறைச்சிப் பொருள் என்பது உரிப்பொருளின் புறத்ததாகித் தோன்றும் பொருள்' என்பது அவர் உரை.

'ஓரறிவு உயிர் முதல் ஐயறிவு உயிரி ஈறாகிய கருப்பொருள் இயக்கங்களைப் பின்னணியாகக் கொண்டு மாந்தர்தம் காதல், கற்பு ஆகிய பாலுணர்வு வாழ்வைக் குறிப்பால் உணர்த்துவது இறைச்சி' எனத் தெளியலாம்.

'அம்ம வாழி தோழி! யாவதும்

வல்லா கொல்லோ தாமே; அவண

கல்லுடை நன்னாட்டுப் புள்ளினப் பெருந்தோடு

யாஅம் துணை புணர்ந்து உறைதும்

யாங்குப் பிரிந்துறைதி என்னா தவ்வே'

என்னும் இது, ஐங்குறுநூறு (333)

பறவைகளை நொந்து சொல்லியது என்னும் குறிப்புடைய இப்பாட்டு, 'பறவைக் கூட்டமாம் யாம், துணை துணையாக வாழுகிறோம். இது கண்டும் நீ துணை பிரிந்து எவ்வாறு வாழ்கிறாய் என்று கேட்க மாட்டாயோ?' என்று தலைவி கூறிய இறைச்சி.

இத்தகைய உள்ளுறை, இறைச்சி ஆகியவை அகப் பொருளின் அகப் பொருளாக அமைதல் தமிழர்தம் நாகரிகக் கொள்கலங்கள் எனத் தக்கவை.''[34]

''பாடலைப் படிக்கும்போது, அதனுள் சொல்ல வந்த செய்தி இராது. படித்து முடித்த பின் தோன்றுவதே இறைச்சிப் பொருள்... உள்ளுறை பாடலின் இன்றியமையா உறுப்பு; அதனை உணர்ந்தாலே பாட்டுப் பொருளை முற்றிலும் அறிந்ததாகும். இறைச்சி மரபு வழி இலக்கியத் திறனறிவு மிக்கவர்களால் அறியப்படும்; அங்ஙனம் அறியா விடினும் சொல்லவந்த செய்தியில் குறைவு படாது''[35]

முன்னதாகக் கற்பியலில் தலைவியின் கூற்றுக்களைத் தொகைப்படுத்துமிடத்திலும், இளையோர் கூற்றுக்களைக் குறிக்குமிடத்திலும் இறைச்சியும் உடன் சுட்டப்படுகின்றது. அதனாலும் இறைச்சி பற்றிய விளக்கம் சிறிது கூடுதலாகக் கிடைக்கிறது.

**வழியிடைக் காட்சிகளும் இறைச்சியும்**

**கற்பியல் :**

**தலைவி கூற்றில் இறைச்சி:**

'புணர்ந்துடன் போகிய கிழவோள் மனையிருந்து

இடைச்சுரத்து இறைச்சியும் வினையும் சுட்டி

அன்புறுதக்க கிளத்தல் தானே

கிழவோன் செய்வினைக்கு அச்சமாகும்' (1094)

## இளையோர் கூற்றில் இறைச்சி:

'ஆற்றது பண்பும், கருமத்து விளைவும்,

ஏவல் முடிவும், வினாவும், செப்பும்

ஆற்றிடைக்கண்ட பொருளும், இறைச்சியும்,

தோற்றம் சான்ற அன்னவை பிறவும்

இளையோர்க்குரிய கிளவி என்ப'

பிற்கால விளக்கங்களைப் பார்க்கும் முன்னால், தொல்காப்பியக் கருத்துக்களில் அழுத்தமானவற்றை மீண்டும் மீண்டும் நினைவு கூர்தல் புதிதாக அக்கோட்பாட்டை அணுகுவார்க்குப் பெரிதும் பயன்படும்"[36]

உள்ளுறையைப் போன்றே இறைச்சியையும் ஒரு குறிப்புப் பொருள் புலப்பாட்டு நெறியாகவே தமிழறிஞர்கள் கருதுகின்றனர்... உள்ளுறை தெய்வம் தவிர்த்த பிற கருப்பொருள்களையே நிலைக்களனாகக் கொள்கிறது. இறைச்சியும் கருப்பொருள்களையே நிலைக்களனாகக் கொள்கிறது.

ஐங்குறுநூற்றின் (பழைய) உரையாசிரியர் உள்ளுறை, இறைச்சி ஆகியனவற்றைப் பயன்படுத்தும் சூழலினை அடிப்படையாக வைத்து இவை இரண்டுக்குமான வேறுபாட்டை கீழ்வருமாறு விளக்கலாம்:

உள்ளுறை அமையப் பெற்ற பாடலை சொல்லுக்குச் சொல் அகராதிப் பொருளில் நேர்ப் பொருள் கொள்ள முடியாது. அவ்வாறு பொருள் கொண்டால் அது அகமரபுக்கு இயைபு பட நிற்காது. எனவே இது ஒரு நுட்பமான எழுத்துச் செயல்பாடு. இதில் ஏற்கனவே தீர்மானிக்கப்பட்ட ஒரு பொருள், கருப்பொருளில் (கருப்பொருளுக்கான சொற்களில்) மறைத்து வைக்கப்பட்டுள்ளது. அவ்வாறு மறைத்து வைக்கப்பட்ட பொருளை வெளிக் கொணர்வதற்கு அகமரபு பற்றிய ஆழமான புலமைப் பயிற்சி தேவை.

இங்கு சொற்களில் மறைத்து வைக்கப்பட்டுள்ள உள்ளுறையை வெளிக் கொணரும் பொழுது எந்தச் சொல்லை நிலைக்களனாகக் கொண்டு அவ்வுள்ளுறை வந்ததோ, அந்தச் சொல்லின் இயல்பான அர்த்தம் செயலிழக்கச் செய்யப்படுகிறது. அதாவது உள்ளுறை எந்தச் சொல்லில் இடம் பெறுகிறதோ, அந்தச் சொல் தனக்கான முந்தைய அர்த்தத்தை அழித்துக் கொள்கிறது. (வெள்ளாங்குருகு என்ற சொல் பரத்தை என்ற பொருளை வெளிப்படுத்தும்போது, வெள்ளாங்குருகு நெய்தல் நிலப் பறவை (ஐங்குறு. 151) என்ற தன்னுடைய அர்த்தத்தை அது இழந்து விடுகிறது. இதை ஒரு உவமையின் மூலம் வெளிப்படுத்துவதானால் ஒரு நண்டினுடைய பிரசவத்திற்கு ஒப்பானதாகக் கொள்ளமுடியும். நண்டு வெடித்து குஞ்சுகள் வெளியேறும்போது தாய் நண்டு இறந்து விடுவதைப் போல, சொல்லில் மறைத்து வைக்கப்பட்ட பொருள் வெளிப்படும் பொழுது தன்னுடைய இயல்பான பொருளை அது இழந்துவிடுகிறது.

இறைச்சி என்பதும் கருப் பொருளில்தான் நிலை கொள்கிறது. ஆனால் உள்ளுறையைப் போல ஏற்கனவே தீர்மானிக்கப்பட்ட ஒரு பொருள் இவற்றில் பொதிக்கப்படவில்லை. மாறாக வாசகன் ஒரு பாடலின் அகமரபுக்கு. இயைபுபட மேலும் ஒரு புதிய பொருளை உற்பத்தி செய்கிறான்.

எனவேதான் தொல்காப்பியம் 'இறைச்சியில் பிறக்கும் பொருள்' என்று கூறுகிறது. இளம் பூரணர் இறைச்சிப் பொருள் என்பது உரிப்பொருளின் புறத்தே தோன்றும் பொருள் என்றும், அஃதாவது 'கருப்பொருளாய் நாட்டிற்கும் ஊரிர்க்கும் துறைக்கும் அடையாகி வருவது' என்றும் விளக்குகிறார். இவர்கள் அளிக்கும் விளக்க நுட்பங்களை உணர்ந்தே ஐங்குறுநூற்றின் உரையாசிரியர் உரை எழுதியுள்ளார்.''[37]

## 10. கருப்பொருள்

முதற் பொருளும், உரிப்பொருளும், கருப்பொருளும் ஒன்றிணைந்து ஊடாடியே சூழலை (திணை) உருவாக்குகின்றன. அதுவே உலக வாழ்க்கையாகின்றது. உலகின் இயங்கு நிலையும் அதுவே.

''காரும் மாலையும் முல்லை''[38] என்ற முல்லைத்திணைக் கூற்றில் பெரும் பொழுதான கார் என்ற பருவகாலத்தையும் நாளின் சிறுபொழுதான மாலையையும், மாலையில் மலரும் முல்லையையும், இவை உருவாக்கிய முல்லை உரிப்பொருள் என்ற 'இல் இருந்தல்' ஆகிய முல்லை ஒழுக்ககத்தையும், இவ்வாறு உருப்பெறும் முல்லைத் திணையையும் இவை ஒன்றுக்கொன்றான ஊடாட்டத்தையும் (Interaction) ஒருங்கு காணமுடிகின்றது.

''அழல் போலும் மாலைக்குத்தூதாகி ஆயன்

குழல் போலும் கொல்லும் படை''[39]

முல்லை நிலச் சிறுபொழுது மாலை; முல்லை நில முதல் மகன் ஆயன்; முல்லை நிலக் கருப்பொருள் (பகுதி - முல்லைக்) குழல் என ஒன்றுக்கொன்று உள்வினையாற்றி முல்லைத்திணை உருவாவதைப் பார்க்க முடிகிறது.

முல்லைத் திணையின் இம்'மாலை' 'பொழுது கண்டு இரங்கல்' என்ற 123 ஆம் அதிகாரத்தில் வள்ளுவரால் பத்துக் குறள்களில் விதந்தோதப்படுகின்றது.

''தமிழர் வாழ்வாகிய அகம், புறம் என்னும் இரண்டும் பூவால்குறியீடு பெற்றமை, இயற்கையோடு தழுவிய சீர்மையை வெளிப்படுத்தும். ஒரு பெண் பருவம் உறுதல் 'பூப்பு' எனவும், ஓர் ஆண் பருவமுறுதல் 'அரும்புதல்' எனவும் வழங்கும் மாறாவழக்குக் கொண்டும் உணரலாம். ''மலரினும் மெல்லியது காமம்'' என்பதும்,

''மோப்பக் குழையும் அனிச்சம்'' என்பதும் வள்ளுவங்கள். அகக்காதல் எவ்வாறு அறத் தொடக்கம் உடையதோ அதுபோல், மறவாழ்வும் அறத் தொடக்கம் உடையது என்பது காட்டுவது வெட்சித்திணை. அது வெட்சி என்னும் வெண்ணிறப் பூவை அடையாளமாகக் கொண்டது''[40]

மலரின் 'பூப்பும்' மங்கையின் 'பூப்பும்' வளமையின் தொடக்கம். இதைக் கூர்ந்து கண்ட தமிழ்த் தொல்குடிச்சமூகம் உருவாக்கியதே வளமை மரபு (Tantric Cult). அது வெளிப்படுத்தும் நாட்டார் வளமைச் சடங்கு; தாய்த் தெய்வ வழிபாடு; நிலத்தெய்வம்; நீர்த்தெய்வம்; வேளாண் சடங்கு இன்னபிற.

## அகம் - மேற்கோள் பட்டியல்


1. தொல்காப்பிய ஆராய்ச்சி, பக். 153 - இலக்குவனார்

2. இறையனர் அகப்பொருள் உரை நூற்பா. 1

3. பரிபாடல் 9 : 25

4. சீவகசிந்தாமணி 2063

5. அ. செவ்வியல் இலக்கிய ஆய்வுகள் பக். 87 - சோ.ந.கந்தசாமி

5. ஆ. சங்கமரபு பக். 356. தமிழண்ணல்

6. பரிபாடல் 9:14

7. தொல்காப்பியம். அகத்திணையியல் நூற்பா -1 நச்சர். உரை

8. சங்க இலக்கியப் பதிப்புரைகள், பக். 38 -39 - இரா. ஜானகி (தொகுப்பு)

9. மேலது பக். 149 - 150

10. சங்க இலக்கிய உரைகள் பக். 12 - 13 அ. சதீஷ்

11. மேலது - பக். 32 - 34

12. சங்க இலக்கிய ஒப்பீடு, பக். 34 - 35 தமிழண்ணல்

13. தமிழ்ச்செவ்வியல் இலக்கியங்கள், பக். 99 - பெ. மாதையன்

14. சங்க மரபு, பக். 325 - 326 தமிழண்ணல்

15. தொல்காப்பிய ஆராய்ச்சி, பக். 118 - இலக்குவனார்

16. தொல்காப்பியம் நூற்பா 1000

17. தொல்காப்பியம் நூற்பா 1038

18. கல்லாடம் 3:13

19. இறையனார் அகப்பொருள் நூற்பா 56 மற்றும் உரை

20. தொல்காப்பிய ஆராய்ச்சி, பக். 100 - இலக்குவனார்

21. சங்க இலக்கிய ஒப்பீடு, பக். 197 - 198 - தமிழண்ணல்

22. அபிநவ குப்தர், பக். 127 - ஜி.டி. தேஷ்பாண்டே (தமிழில் இரா. மதிவாணன்)

23. சங்க இலக்கிய உரைகள், பக். 118 - அ. சதீஷ்

24. தொல்காப்பியம் பொருள். இளம். வாழ்வியல் விளக்கம், பக். 43 - 44. இரா. இளங்குமரனார்

25. மாறனலங்காரம் - 123

26. தொல்காப்பியம் பொருள். இளம். வாழ்வியல் விளக்கம், பக். 114 - 115. இரா. இளங்குமரனார்.

27. மாறனலங்காரம் 176

28. நம்பியகப் பொருள் 239

29. தொல்காப்பியம். 681

30. தொல்காப்பியம் 1175

31. தொல்காப்பியம் 1176

32. தொல்காப்பியம் 1177

33. தொல். பொருள். இளம். வாழ்வியல் விளக்கம், பக். 75 - இரா. இளங்குமரனார்

34. மேலது, பக். 116 - 177. இரா. இளங்குமரனார்

35. தொல்காப்பியரின் இலக்கியக் கொள்கைகள், பாகம் - 1, பக். 95 - தமிழண்ணல்

36. மேலது, பக். 98

37. சங்க இலக்கிய உரைகள், பக். 120, 122 - 124 - அ. சதீஷ்

38. தொல்காப்பியம் 952

39. குறள் - 1228

40. தொல். பொருள். இளம்பூரணம் - வாழ்வியல் விளக்கம், பக். 78 - இரா. இளங்குமரனார்.

# திணையும் பண் பாடும் பண்பாடும்

## 1. தோற்றுவாய்

''சங்க இலக்கியம் குறித்த ஆய்வுகள் இன்று புதிய பரிமாணங்களைப் பெற்றுள்ளன. இலக்கியத்தரவுகளை மட்டுமே அடிப்படையாகக் கொண்டு ஆராய்ந்து வந்த காலம்மாறி இன்று கல்வெட்டியல், தொல்லியல், நாணயவியல், மொழியியல், தொன்மையியல், நாட்டுப்புறவியல், சமூகவியல், கவிதையியல், ஒப்பியல், வரலாற்றியல், மார்க்சியவியல் என்பது போன்ற பல்வேறு நோக்குகளில் ஆராயும் சூழல் வளர்ந்துள்ளது. ஒற்றைப் பரிமாணத்தில் பார்க்கப்பட்ட சங்க இலக்கியங்கள் பன்முகப் பரிமாணத்தில் பார்க்கப்படுகையில் அவை தருகின்ற காட்சிகள் தமிழின், தமிழரின் பல்வகைப்பட்ட வாழ்வியல், கவிதையியல், பரிமாணங்களையும் வெளிப்படுத்துவனவாக உள்ளன.

கல்வெட்டுச் சான்றுகளைக் காட்டிலும், பல்வேறு நிலைகளில் நிகழ்த்தப்பட்டுள்ள அகழாய்வுகளின் அடிப்படையிலான தொல்லியல் சான்றுகள் சங்க இலக்கியத்தின் காலத்தை சில நூற்றாண்டுகள் முன்னெடுத்துச் சென்றுள்ளன. இவ்வாறே புதிதாகக் கிடைத்த புலிமான் கோம்பைக் கல்வெட்டுகள் சங்க காலத்தமிழரின் எழுத்துப் பயில்வையும், சங்கச் சமுதாயப் பழமையையும் முன்மொழிவனவாக

அமைந்து காலநிர்ணயத்தில் புதிய போக்கை ஏற்படுத்தியுள்ளன. ஆதிச்சநல்லூர் அகழாய்வுச் சான்றுகளும் இன்று புதிய நோக்கில் அணுகப்படுகின்றன. கொடுமணல், பொருந்தல், கோடைப் பொருநனின் கோடைமலை (கொடைக்கானல்) மயிலாடும் பாறை ஆகிய இடங்களில் நடந்த அகழாய்வுகள் சங்க இலக்கிய ஆய்விற்கு வளம் சேர்த்துத் தமிழ்ச் சமுதாயத்தின் பழமைக்குச் சான்று பகர்வனவாக உள்ளன. நாட்டுப்புறவியல், மானிடவியல் நோக்குகளிலான அணுகுமுறைகள் சங்க இலக்கிய ஆய்வு வரலாற்றில் புதிய பாதைகளை அமைத்துள்ளன. ஒட்டு மொத்தத்தில் சங்கச் செவ்வியல் இலக்கிய ஆய்வுகள் வளமைப்படுத்தப்பட்டும் பரவலாக்கம் பெற்றும் வளர்ந்து வருகின்றன.''[1]

''ஆகத்தமிழகத்தில் இதுவரையில் தொடர்ந்து மேற்கொள்ளப்பட்ட, தொடர்ந்து மேற்கொள்ளப்பட்டு வருகின்ற கள ஆய்வுகளின் அடிப்படையில் கரூர், கொற்கை, அழகன்குளம், உறையூர், கொடுமணல், வல்லம், அரிக்கமேடு, பேரூர், தேரிருவேலி, மாங்குடி, மயிலாடும் பாறை, கோடைப் பொருநன் வாழ்ந்த கொடைக்கானல், பொருந்தல் போன்ற பல்வேறு இடங்களிலும் மேற்கொண்ட அகழாய்வுகளின் அடிப்படையிலும், மணலடுக்கு ஆய்வுகளின் அடிப்படையிலும் நாணயவியல் சான்றுகளின் அடிப்படையிலும் சங்க காலத்தைக் கி.மு. 400க்குமுன் எடுத்துச் செல்வதற்கான தேவையும், சாதகமான சூழல்களும் வாய்ப்புகளும் இன்று நேர்ந்துள்ளன''[2]

''பதிற்றுப்பத்தின் கடைசி மூன்று சேர அரசர்களான, செல்வக் கடுங்கோ வாழியாதன், பாலை பாடிய பெருங்கடுங்கோ, இளங்கடுங்கோ ஆகியோரைக் கரூருக்கு அருகிலுள்ள புகழியூர் மலையில் காணப்படும் தமிழ் பிராமி கல்வெட்டு அடையாளம் காட்டுகிறது.

ஔவைக்கு நெல்லிக்கனி தந்த அதியமான் பற்றிய குறிப்பு சம்பைக் கல்வெட்டில் காணக்கிடைக்கின்றது. மதுரைக்கு அருகில் உள்ள

மாங்குளம் மலையில் காணப்படும் கல்வெட்டில் சங்ககாலப் பாண்டிய மன்னன் நெடுஞ்செழியனின் பெயர் இடம் பெற்றுள்ளது. புறநானூறு 201 ஆம் பாடலில் உள்ள 'புலிகடி மாஅல்' என்ற தொடருக்கு ஔவை அ.துரைசாமி பிள்ளை கல்வெட்டுகளின் துணை கொண்டு அறிவார்ந்த விளக்கம் தருகின்றார்"[3]

சங்க இலக்கியங்கள் வெறும் கற்பனைப் பாடல்கள் அல்ல; அவை தமிழரின் வரலாற்றோடு தொடர்பு கொண்டவை என்பதற்கு மேற்கண்ட கல்வெட்டுச் செய்திகள் யாவும் சான்றாய் அமைகின்றன.

## 2. கல்வெட்டு மற்றும் அகழாய்வு

சிவகங்கை மாவட்டம், திருப்பத்தூர் வட்டம் பூலாங்குறிச்சி கல்வெட்டு முதன்முதலாக ஆண்டு குறிக்கப்பட்ட கல்வெட்டாக உள்ளது. "இக்கல்வெட்டின் காலத்தைக் கி.பி. 270 (192 + 78) என முனைவர் இரா.நாகசாமியும் நடன காசிநாதனும் கணித்துள்ளனர்"[4]

"திருக்கோயிலூருக்கு அருகில் சம்பை என்ற இடத்தில் கிடைத்த கல்வெட்டு அசோகன் குறிப்பிடும் சத்தியபுத்திரர் எனப்படுவோர் அதியமான் மரபினர் ஆவர் என்பதை உறுதிப்படுத்தியது. அதியமான் நெடுமான் அஞ்சி அசோகனின் காலத்தவன் என்பதும் இதன்மூலம் விளங்கும்..."[5]

"அசோகனது இரண்டாம் கல்வெட்டில்[6] தமிழ்நாட்டு மன்னர்கள் சேரர், சோழர், பாண்டியர், அதியமான் ஆகியோரும், 13 ஆம் கல்வெட்டில் சோழர், பாண்டியர் ஆகியோரும் பக்கத்து நாட்டு மன்னர்களாகக் குறிக்கப்பட்டுள்ளனர்"[7]

"திரு. தி.நா. சுப்பிரமணியன் என்ற அறிஞர் தமிழ் எழுத்திற்கும் அசோகனுடைய பிராமி எழுத்திற்கும் உள்ள வேறுபாடுகளை எடுத்தியம்பி, இக்கல்வெட்டு எழுத்துக்களின் காலம் அசோக

மன்னனின் காலம். அல்லது அதற்குச் சற்று முற்பட்ட காலம்'' எனக் கூறியுள்ளார்.[8]

எனவே சம்பைக்கல்வெட்டின் காலம் என்பது அதியமான், ஔவை, புறநானூறு என்ற சங்க இலக்கியக் காலம் ஆகிய கி.மு.300 ஆகும்.

கொடுமணல் அகழாய்வுப் பணியைத் தஞ்சைத் தமிழ்ப்பல்கலைக் கழகம் மேற்கொண்டது. இதுகுறித்து ஆய்வாளர் கா.இராஜன் குறிப்பிடுவது:

''கொடுமணலில் கிடைத்த தரவுகளின் அடிப்படையில் இவற்றின் காலத்தை அசோகருக்கு முன்பாக எடுத்துச் சொல்ல வேண்டியுள்ளது... கொடுமணலில் கிடைக்கும் தமிழ் பிராமி வரி வடிவத்தின் காலம் கி.மு. 400 வரை பின்னோக்கிச் செல்வதை உணரலாம். இக்காலமே ஏற்புடையதாகத் தெரிகிறது''[9]

''புலிமான் கோம்பை என்ற ஊரில் கண்டெடுத்த மூன்று நடுகற்கள் எழுத்துப் பயிற்சியை, வழக்கு மிகுதியை, எழுத்துப் பரவலாக்கத்தை உறுதிப்படுத்தும் மிக முக்கியமான கல்வெட்டுகளாக உள்ளன... ஆகோள் பூசலில் பட்ட வீரருக்கு நடப்பட்ட 'கல் பேடுதீயன் அந்தவன் கூடல் ஊர் ஆகோள்' என்பது போன்ற எழுத்துப் பொறிப்புடன் காணப்படுகின்றன. பிராகிருதக் கலப்பின்றித் தமிழில் மட்டுமே எழுதப்பட்டுள்ள இந்தக் கல்வெட்டுக்களின் காலம் கி.மு. 4 ஆம் நூற்றாண்டாக இருக்கலாம் எனத் தீர்மானிக்கப்பட்டுள்ளது (ஆவணம் இதழ் 17, பக். 1- 5)''[10]

மதுரைக்கு அருகிலுள்ள மாங்குளம் (மீனாட்சிபுரம், அரிட்டாபட்டி) கல்வெட்டு கி.பி. 1882 அளவில் இராபர்த்து சீவல் என்பவரால் கண்டுபிடிக்கப்பட்டது. இக்கல்வெட்டில் ஆசிவக மூலவரில் ஒருவரான கணி நந்தாசிரியர் பற்றிய குறிப்பு வருகின்றது. ''அகழாய்வுகளில் கிடைத்துள்ள மட்பாண்டப் பொறிப்புகளின் அடிப்படையில் முனைவர் கா.இராஜன் அவர்கள் இவ்வெழுத்துக்களின் காலத்தை

கி.மு. ஐந்தாம் நூற்றாண்டுக்கு முன் எடுத்துச் செல்கிறார். திரு.நடனகாசிநாதன் அவர்கள் இக்கல்வெட்டுக்களை ஐந்தாம் நூற்றாண்டாகக் கருதுகிறார்"[11]

"மயிலாடும் பாறையின் அருகிலுள்ள பையம்பள்ளியில் செய்யப்பட்ட அகழாய்விலும் புதிய கற்காலத்தின் தொடர்ச்சியாகப் பெருங்கற்காலம் இருந்தது.... பையம் பள்ளியின் காலம் சி 14 ஆய்வின்படி கி. மு. 700 என வரையறுக்கப்பட்டுள்ளது"[12]

"கொற்கை அகழாய்வில் கிடைத்த கரித்துண்டைக் கார்பன் 14 மூலம் காலம் கணித்ததில் 2775 + 95 - கி. மு. 850 அல்லது 660 என்று தெரியவந்தது"[13]

"மயிலாடும் பாறையின் பெருங்கற்படைக்காலம் கி.மு. 1000 என வரையறுக்கப்பட்டுள்ளது"[14]

"பெருங்கற் படைகள் உத்தேசமாக கி. மு. 1500 அளவிலான காலத்துக்குரியவை"[15] இக்காலத்து எழுத்துப் பதிவுகள் மிக அறிதாக உள்ளன.

"சங்க காலத்திற்கு முந்தைய பெருங்கற்காலத் தமிழ்ச் சமூக வரலாற்றைக் கல்லறைகளில் இருந்தே மீட்டுருவாக்கம் செய்ய வேண்டியுள்ளது. பெருங்கற்காலத்தின் தொடர்ச்சியாகவே சங்க காலம் அமைகின்றது. சங்ககாலச் சமூக வரலாற்றைக் கட்டமைப்பதற்கு இலக்கியப் பிரதிகள், தொல்லியல் தரவுகள், கல்வெட்டுகள் முதலியன பயன்படுகின்றன. ஆனால் தமிழ்நாட்டின் பெருங்கற்காலத்தின் தொடக்க கால மக்களின் வாழ்வியலைக் கட்டமைப்பவை தொல்லியல் தரவுகள் அடிப்படையிலான கருதுகோள்களே. புதிய புதிய தொல்லியல் ஆய்வுகளும் தரவுகளும் பெருங்கற்காலம் குறித்துச் சொல்லப்பட்ட முடிவுகளை, பழையவையாக மாற்றுகின்றன...

தமிழகத்தில் சுமார் 130 இடங்களில் அகழாய்வுகள் மேற்கொள்ளப்பட்டதில், 55 அகழாய்வுகள் பெருங்கற்காலத்துடன் தொடர்புடையவையாக உள்ளன என்று தி.சுப்பிரமணியன் குறிப்பிடுகின்றார். (நாகரிக வாழ்க்கையின் தொடக்க காலம் - பெருங்கற்காலம். சமூக விஞ்ஞானம், பக். 109, ஏப்ரல் - மே - ஜூன் 2010).[16]

"சங்க இலக்கியப் பாடல்கள் சிலவற்றில் பெருங்கற்காலம் குறித்த பதிவுகள் உள்ளன. இவையும் முழுமையாக இல்லை. அக நானூற்றில் பெருங்கற்காலத்தில் அமைக்கப்பட்ட பதுக்கை மரபின் தொடர்ச்சியைப் பார்க்க முடிகின்றது. 'பரல் உயர் பதுக்கை' (அகம். 91) என்ற தொடர் மூலம் பதுக்கைகள் மேடாக அமைக்கப்பட்டிருப்பதை அறியமுடிகின்றது. இத்தகைய கற்பதுக்கைகள் பற்றி நற். 352; குறு. 77, 297, 372; கலி. 12, புற. 3, 264; அகம். 109, 231, 157, 215, 151 முதலிய பாடல்களில் குறிப்புகள் காணப்படுகின்றன"[17]

"கல் சூழ்பதுக்கை" என்று கைந்நிலை (13) எனும் பதிணெண்கீழ்க்கணக்கு நூலும் இதைக் குறிப்பிடுகின்றது.

"சங்ககால மருதநிலச் சமூகத்தில் விவசாயம் சிறப்புற்று இருந்ததைப் போன்று, அதற்கு முந்தைய பெருங்கற்காலத்திலும், விவசாயம் சிறப்பாக நடைபெற்றிருக்க வேண்டும். இதற்குச் சான்றாகப் பெருங்காற்காலப் புதைகுழிகளில் வைக்கப்பட்ட நெல் பானைகள் கிடைத்துள்ளன"[18]

நெல் வேளாண்மை மருதநில நாகரிகத்தைக் குறிக்கிறது.

"பொருந்தல் கிராமத்தில் கிடைத்த நான்கு கால் சாடியில் எழுதப்பட்ட பிராமி எழுத்தின் காலம் கி.மு.500 என அமெரிக்காவைச் சேர்ந்த 'பீட்டா அனலெட்டிக்லேப்' சமீபத்தில் கூறியுள்ளது."

இக்காலக் கணிப்பிற்கு இச்சாடியில் வைக்கப்பட்ட நெல் பயன்படுத்தப்பட்டது. இதன்மூலம் பிராமி எழுத்துக்கள் வடக்கில்

இருந்து தமிழகம் வந்தன என்ற கூற்றுக்கள் பொய்யாகிவிட்டன. அசோகன் காலத்திற்கு முன்பிருந்தே பிராமி எழுத்துக்களை தமிழ்ச்சமூகம் பயன்படுத்தியுள்ளது என்று உறுதியாகக் கூறலாம் (சமூக விஞ்ஞானம் ஜூலை - ஆகஸ்ட் 2011). ''கிறிஸ்து பிறக்கிறதற்கு ஏறக்குறைய ஐந்நூறு வருசத்துக்கு முன் எழுத்தெழுத இந்து தேசத்தாருக்குத் தெரிந்திருக்காலம்'' என்று கால்டுவெல் குறிப்பிடுகின்றார்.[19]

''நிலையாக ஓர் இடத்தில் தங்கி வேளாண்மை செய்த பெருங்கற்கால மக்கள், தங்களுக்கான குழுத் தலைமையைக் கொண்டிருக்க வேண்டும். உபரி உற்பத்தியைத் தலைமை பாதுகாத்திருக்கவேண்டும். இச்சூழலில் ஒரு குழுவிடமிருந்து உபரியைக் கைப்பற்றுதல் முதலான செயல்பாடுகள் தொடர, அதன் காரணமாகக் குழுச்சண்டைகள், போர்கள் நிகழ்வதற்கு வாய்ப்புகள் தோன்றியிருக்கும். பெருங்கற்காலத்தில் தமிழகத்தில் வாழ்ந்த இக் குழுக்களே பிற்காலத்தில் தென்னகத்தை ஆட்சி செய்யும் நிலைக்கு உயர்ந்தன என்பதை சி.க.சிற்றம்பலம், (பண்டைய தமிழகம் பக். 200)

'விவசாயச் செழிப்புடன் காணப்பட்ட பெருங்கற்காலச் சமுதாயம் பல்வேறு குழுக்களைக் கொண்டிருந்தது. இவ்வாறு காணப்பட்ட குழு ஆட்சிதான் பின்னர் வந்த மூவேந்தர் ஆட்சிக்கு வழி வகுத்தது. இக்குழுக்கள் பலவற்றை சங்க இலக்கியங்கள் குறிக்கின்றன. இவர்களில் பரதவர், கோசர், ஆவியர், ஓவியர், வேளிர், ஆயர், ஆண்டார், கள்வர், மறவர், புலையர், கடம்பர், மலையர், குடவர், புலியர், வில்லோர், கொங்கர், குறவர் முதலியவர்கள் குறிப்பிடத்தக்கவர்' என்று குறிப்பிடுவதாக ஆய்வாளர் சி.இளங்கோ குறிப்பிடுகின்றார்''[20]

புதியகற்காலம், பெருங்கற்காலம் (பெருங்கற் படைக்காலம்), வரலாற்றுக் காலம் என்ற தொடர்ச்சியான நிலையில் தொன்மை கொண்டது தமிழகம். கி.மு.300 லிருந்து வரலாற்றுக் காலம்

தொடங்குவதாக இதுகாறும் கூறப்பட்டுவந்த நிலைமாறி, பொருந்தல் அகழாய்வுக்குப் பின் மறு ஆய்வுச் சூழல் ஏற்பட்டுள்ளது. பொருந்தல் அகழாய்வு எழுத்துப் பொறிப்பை 'வயிர' என கா.இராசன் வாசித்துள்ளார். எளிய குடிமக்களிடமும் புழங்கிய தமிழ்மொழியானது கி.மு. 500 லிருந்தே எழுத்து வடிவம் பெற்றிருந்ததை அறியமுடிகின்றது. எனவே தமிழகத்தின் வரலாற்றுக் காலம் கி.மு. 500ல் தொடக்கம் கொள்கிறது. அதற்குமுன்பான 1000 ஆண்டு காலத்தை (கி.மு. 500 - கி.மு. 1500) தமிழகத்தின் பெருங்கற்படைக்காலமாகக் கொள்வதற்கு சுவீரா செய்ஸ்வால், கே.என்.தீட்சித், எச்.டி.சங்காலியா போன்றோரின் ஆய்வுகள் உதவுகின்றன. இவர்களின் கருத்துக்களாக ''பெருங்கற்படைகள் உத்தேசமாக கி.மு. 1500 அளவிலான காலத்துக்குரிவை'' என்று வெ.கிருஷ்ணமூர்த்தி (பின்நவீனத்துவத்தின் அடிப்படைக் கூறுகள் முதலிய கட்டுரைகள்) குறிப்பிடுகின்றார்.[21]

தமிழகத்தில், பெருங்கற்படைக்காலம் நிலவிய கி.மு.1000ல் மருத நில நாகரிகம் முற்றிய நிலையைப் பார்க்கின்றோம். அதற்கு முன்பாக உருவானது முல்லை நில நாகரிகம். அதற்கும் முன்பாகவே உருவானது குறிஞ்சி நில நாகரிகம். குறிஞ்சி நில நாகரிக தொடக்க காலமே மானிடர் தோற்றம் கொண்ட சமூகம் உருவான காலம்.

''மனிதன் தொடக்க காலத்தில் மலையில் வாழ்ந்து வந்தான்.

ஏனென்றால் அங்கேதான் அவன் வேட்டையாடி உண்ணுவதற்கான விலங்குகளும் பறவைகளும் இருந்தன.

இயற்கையாக விளையும் பழங்களும், கிழங்குகளும், தேனும் கிடைத்தன.

இரவில் ஒண்டுவதற்கு இயற்கை தந்த வீடாகக் குகைகளும் இருந்தன.

மலையையும், மலை சார்ந்த இடத்தையும் தமிழ் அகப்பொருள் இலக்கணம் குறிஞ்சி என்கிறது.

தமிழில் கல் என்ற சொல் மலையையும் குறிக்கும்.

சங்க இலக்கியத்தில் 'பெருங்கல் நாடன்' என்று வருகிறது. இதற்கு 'மலை நாட்டைச் சேர்ந்தவன்' என்று பொருள்.

கம்பர் 'கல் இயங்கு கருங்குற மங்கையர்' என்கிறார். இதற்கு 'மலையில் வாழ்கின்ற கருநிறமுள்ள குறத்தியர்' என்று பொருள்.

எனவே 'கல் தோன்றி' என்றால் 'மலை தோன்றி' என்று பொருள். அதாவது மலை வாழ்க்கையாகிய குறிஞ்சி வாழ்க்கை தோன்றி என்று பொருள்''[22]

''உயர் வகைப் பாலூட்டிகளைச் (Primates) சேர்ந்தவன் மனிதன்... உயர் வகைப்பாலூட்டிகள் மற்ற எல்லா விலங்குகளைக் காட்டிலும் இத்தகைய பரிணாமம் பெற்றதற்குக் காரணம் கனி, காய், கொட்டை போன்ற உடனடி உணவை வழங்கக் கூடியதும், பகைச் சக்திகளிடமிருந்து பாதுகாக்கும் புகலிடத்தைத்தரக் கூடியவையுமான மரங்களில் வாழ்ந்தது தான்''[23]

மலை நிலக்குறத்தியான கொடிச்சியர் பாடல் பற்றி சங்க இலக்கியம் பதிவு செய்துள்ளது.

''கொடிச்சி பெருவரை மருங்கில் குறிஞ்சிபாட''[24] என்று தொடக்க கால குறிஞ்சி நில எளிய மகளிர் குறிஞ்சிப் பண் பாடியதாக அகநானூறு குறிப்பிடுகின்றது.

கட்டுவிச்சி, அகவன்மகள், தேவராட்டி, சாலினி, முதியாள், படிமத்தாள், முதுவாய்ப் பெண்டிர் (முதுவாய்) வேலன், தேவராளன், வேல் மகன், குமரன், முருகன், படிமத்தான் என்றெல்லாம் சடங்கு நிகழ்த்தும் பூசாரிகளை நம் இலக்கியங்கள் பதிவு செய்துள்ளன.

இவ்வாறான சடங்கு நிகழ்த்துனரே பின்பு கவிஞராக, பாடகராக, இசைக்கருவியாளராக, ஆடல் வல்லோராக, புலவராக, ஆசிரியராக சமூகத்தில் வளர்ச்சி பெறுகின்றனர். சங்ககால ஔவை பாடினியாக,

புலவராக, தூதராக பன்முகம் கொண்ட சான்றோராகக் காட்சியளிக்கின்றார்.

இவ்வாறாக பூசாரியர், பாணர், புலவர் என்ற படிநிலை வளர்ச்சியை நமது முற்காலச் சமூக நிலை காட்டுகின்றது.

சடங்குச் சமூகத்தில் சடங்குத் தலைவனாகவும், மருத்துவனாகவும், பூசாரியாகவும் அங்கம் வகித்தவர்களே தமிழ் தொல் சமூகத்தின் முதல் கல்வியாளர்கள்.

''தமிழ்ச் சமூகத்தின் இரண்டாம் கட்ட கல்வி நிலை பாரம்பரியத் தொழில் வகுப்பினரான பாடகர், கூத்தர், இசைஞர், வாழ்த்துப் பாவிசைக்கும் பாணர் ஆகியோரிடம் வெளிப்படுகின்றது''[25]

இவ்வாறாக தொல்குடிச் சமூகத்தில் தொழில்முறைப் பாடகர், கூத்தர் தோன்றுகின்றனர்.

''பாணர் பாடல்களின் தோற்றம் உண்மையில் பூசாரி, பூசாரிகளிடம் இருந்து வந்த பல்வேறு பணிகளின் கிளை பரவலைச் சுட்டுகின்றது... 'பாணர்' எனும் சொல் 'பண்' எனும் வேர்ச்சொல்லை அடிப்படையாகக் கொண்டது. இசைக் கருவிகளிலிருந்து எழும் அனைத்து இசையையும் இச்சொல் குறிக்கின்றது... அவர்கள் வாய்மொழி மற்றும் வரி வடிவ இலக்கிய வளர்ச்சிக்கு மட்டுமல்ல, நுண் கலைகளை இசை, நடனம் இவற்றை அன்றைய வெகுமக்களிடம் கொண்டு சென்ற பணியிலும் மிகுந்த கவனத்திற்குரியவராவர். அடுத்த கட்டமாக, வளர்ச்சி பெற்ற கல்வி அறிவு கொண்ட சமூகத்தில் புலவர்கள், மிகுந்த மரியாதைக்குரிய ஆளுமைகளாக உருப்பெற்றனர். இசையும் பாடலும் தனியாக இணைந்து செயல்பட்டன. பாணனும் அவனது குழுவும் இசை, பாடல், ஆடல் இவற்றைத் தொடர்ந்தனர். கவிதை, சிந்தனை, ஆய்வு, நீதியுரைத்தல், வாழ்த்துக் கூறல் என்றிவை புலவர்களின் கைகளில் தனித்தொதுங்கியது. பாணர், புலவர் எனத் தமிழில் வேறுபடுத்திக் கூறுவதை கிரேக்கத்தின் Aoidos (பாணர்),

Poietes(புலவர்) என்பதாகவும் இந்தோ - ஆசிய சமூகத்தில் சூதர் (பாணர்), கவி (புலவர்) என்றும் இடம் பெறுவதைச் சுட்டிக் காட்டலாம்''[26]

''சமயச் சடங்குகள், பாடல்கள், ஆடல்கள், பூசாரியரின் சன்னதக் கூற்றுகள் மற்றும் வேதமந்திர மூலங்களிலும், கிரேக்க molpe (கிரேக்க சமூகத்தின் குறிசொல்மரபு)யிலும் காணப்படுவது போன்ற வருவதுணர்த்தும் பாடல்களிலிருந்தும் கல்வி தோற்றம் பெற்றிருக்கக் கூடும். சமயம் மற்றும் மாந்த்ரீகம் சார் தொடக்கத்தினின்றும் கல்வி, மனித ஆற்றலின் மீதான நம்பிக்கை நோக்கி பின் நகர்ந்துள்ளது. அதன் வளர் நிலையாக மனித மைய எண்ணங்கள் உருவாகி மனிதனின் வீரதீரச் செயல்களைப் பாடுவோரே முதல் கல்வியாளர்களாயினர். கல்வி வளர்ச்சியின் இரண்டாம் கட்டத்தை இலக்கியத்தில் பாணர்களின் காலமாகவும், மூன்றாம் கட்டத்தில் பாணர், கூத்தர் இவர்களன்றி புலவர்கள் நாட்டின் முதன்மைக் கல்வியாளர்களாகவும் இடம்பெற்றனர்''[27]

''சங்ககாலச் சமூகத்தில் பெற்றோர்களே ஆசிரியர்கள் (சான்றோன் ஆக்குதல் தந்தைக்குக் கடனே - புறம். 312 ஆ.ர்) அவர்களோடு பாணர், கூத்தர், புலவரும் மேற்குறிப்பிட்ட கால எல்லை வரையும் ஆசிரியர்களாகச் செயல்பட்டுள்ளனர்''[28]

''மனித சமுதாயம் பழங்குடி அமைப்பிலிருந்து அரசு உள்ள சமுதாயமாக மாற்றமடைந்தபோது ஆதி மனித உணர்வு சமூக அழுத்தங்களுக்கும் (Social Stresses) நெருக்கடிகளுக்கும் உட்பட்டது. இந்த அழுத்தங்கள், மனநோய் (Hysteria), காக்காய் வலிப்பு (Epilepsy), பிளவுண்ட ஆளுமை (Schizophrenia) ஆகியவற்றுடன் ஒப்பிடத்தக்க பல்வேறு மனநோய்களாக வெளிப்பட்டன. உணர்வு பூர்வமான கட்டுப்பாட்டை இழக்கவைக்கும் இந்த மனநோய்கள், ஒரு கடவுளோ அல்லது ஆவியோ மனிதனின் உடலில் புகுந்து அவனை ஆட்கொண்டுவிட்டது என்றும் நம்பிக்கை தோன்ற வழிவகுத்தன.

இதுதான் 'Enthusiasm' (மனக்கிளர்ச்சி) என்னும் ஆங்கிலச் சொல்லின் நேரடியான பொருளாகும். அது மனிதர்கள் ஆட்கொள்ளப்படும் நிகழ்ச்சிப் போக்கைத்தான் முதலில் குறித்தது. மந்திரவாதியால் நோயாளி குணப்படுத்தப்பட்டான். அந்த மந்திரவாதி சூனியக்கார மருத்துவன் (Shaman), மருந்து - மனிதன் (Medicine - Man), பில்லி சூனியக்காரன் (Witch doctor) அல்லது யோகி எனப்பல பெயர்களில் அழைக்கப்பட்டான். மந்திரச் சடங்கின் மூலம் அவன், பாதிக்கப்பட்டவரின் உடலில் புகுந்துள்ள ஆவியை விரட்டியடிப்பான். இந்தச் சடங்கில் அவன் ஆவியின் பெயரைச் சொல்லி கடைசியில் அது யாரைப் பிடித்திருக்கிறதோ அவனை விட்டு விடுமாறு கட்டாயப்படுத்துவான்... இந்த மந்திரவாதிக்குழுக்கள் தங்களது ஆதிகாலச் செயல்பாடுகளைக் கைவிட்டு ஓரிடத்திலிருந்து மற்றோரிடத்திற்குப் பயணம் செய்யும் நடிகர்கள் குழுக்களாக மாறினார். அந்தக் குழுக்கள் ஒவ்வொன்றுக்கும் ஒரு தலைவர் இப்போதும் இருக்கத்தான் செய்தார். ('பாண் ஒக்கல்' புறம். 224; 'பாண் கடும்பு' - புறம். 170; பாணர் - ஒக்கல் - சிற்றம்பலக் கோவை 400 - ஆர்.). ஆனால் பார்வையாளர்களுக்கு அந்த சடங்கு நிகழ்ச்சிகளை விளக்குவதுதான் இப்போது அவருடைய பணியாகியது. இவ்வாறுதான் முன்னாள் மந்திரவாதி கவிஞன் - நடிகனாக மாறினான். நாடகத்தின் தோற்றம் இவ்வாறு தான் ஏற்பட்டது."[29] கேரளத்தின் இன்றைய 'தெய்யம்' தெரிவிக்கும் செய்தியும் இதுவே.

"சடங்கிலிருந்து கலை வளர்கிறது. உணர்வு விழிப்புடைய கலைஞன் சடங்கு வடிவத்தை எடுத்து அதை வளர்க்கும்போது அது கலை வடிவமாகின்றது. பழைய (சடங்கு) வடிவம் மரபாக வந்த ஒரு சட்டகத்தை அவனுக்கு வழங்குகிறது. மக்களுக்குப் பழக்கமானதொன்றாக இருப்பதால் அது அவர்களைக் கவர்கிறது. இந்தச் சட்டகத்திற்குள் அவன் புதிதான ஒன்றை அறிமுகப்படுத்தி அதனை மாற்றியமைக்கிறான். இவ்வகையில் அவன் உருவத்திற்கும்

உள்ளடக்கத்திற்குமிடையே புதிய ஒற்றுமையை உருவாக்குகிறான். இதுதான் கலை வளர்ச்சியின் இயங்கியலாகும்.''[30]

"கிரேக்கத்தின் முதல் கவிஞர்களை ஆர்ஃபிஸ் (Orpheus) மற்றும் முசாயியஸ் (Musaeus) ஆகியோர் மந்திர ஆற்றல்கள் உடையவர்களாக இருந்தனர். அப்பல்லோ (Apollo)வும், மூசஸ் (Muses)உம் உள்ளுணர்ந்து மந்திர அறிவிப்புகள் செய்தனர். டயோனிசஸ் ஆவிகளின் சினத்தையும் அவற்றின் பகைமையால் ஏற்படவிருக்கும் குலநாசத்தையும் உணர்ந்து கூறும் ஆற்றலுடையவராக இருந்து வந்ததற்கு நிகராகத், தமிழ்ச் சூழலில் குலதெய்வ வழிபாடுகளையும் வேலன் வெறியாட்டத்தையும் எடுத்துக் கூறலாம்''[31]

"குறிஞ்சிக் கடவுளாம் முருகனின் பூசாரிகள் (குறுந். 53) பூசாரிணிகள் (புறம். 253 : 5) வெண் மணல் விரித்த முற்றங்களில் வெறியாட்டயர்ந்து ஆடுகளைப் பலியிட்டு அரிசியும் பொரியும் செந்நிற மலர்களும் தூவி வழிப்படனர். வெறியாட்டத்தில் தன்னிலை மறந்து சன்னதம் கொண்டனர். வெறியாடி பூசனை செய்து கடவுள் பரவி குலமக்கள் நோயும் தீமையும் தடுத்திட வேண்டினர் (அகம். 22). ஆடவர், மகளிர், சிறார்களும் கூடிக்கலந்து தமது வளமை வேண்டியும், தீமை காத்திடவும் ஆடிய குலச் சடங்காடல் பற்றிய சான்றுகளைக் காண முடிகின்றது... பூசாரிகளும் பூசாரிணிகளும் நிமித்தங்களைத் தீர்க்க தரிசனத்துடன் பொருளுணர்ந்து உரைப்பவராக இருந்தனர். அவர்களது பாடல்களும், கூற்றுக்களும், ஆதிகாலக் கவிதையாகவும், வாய்மொழி இலக்கியமாகவும் திகழ்ந்ததோடு அவற்றை தமக்கிடப்பட்ட ஆணைகள், அறிவுரைகள், எச்சரிக்கைகள் என்ற மதிப்புடன் மக்கள் பின்பற்றினர். இவ்வாறான மந்திரச் சொல்லாடல் நிலையிலிருந்து தமிழ்க் கவிதையின் ஆரம்பங்கள் உருப் பெற்றிருப்பதை அறிய முடிகிறது. அதனை உறுதிப்படுத்தும் சான்றாக பழங்காலத்தில் குறி சொல்பவள் 'அகவன் மகள்' என

அழைக்கப்படுவதைக் காண்கிறோம். ('வெண்கடைச் சிறுகோல் அகவன் மகளிர் - குறுந். 298 : 6; அகவன் மகளே பாடுகபாட்டே - குறுந். 23 : 3; கட்டினுங்களங்கினும் - தொல்.கள. 24; அம்தீம் குறிஞ்சி அகவன் மகளிர் - சிலப். 28 : 35 - ஆர்.) அவன் அவளது முறத்தில் பரப்பிய அரிசியிலிருந்து எதிர்காலத்தைப் பொருளுணர்ந்து உரைக்கிறாள். 'அகவல்' எனும்சொல் 'விளித்தல்' தொடர்பானது. இந்தச் சூழலில் பூசாரிணி கடவுளரையும் ஆவியையும் அழைத்துச் சொல்லும் சடங்கினைப் பொருத்திக் காணலாம். அவள் கடவுளரை, ஆவியரை அழைப்பவள். இச்சொல்லின் பயன்பாடு தமிழின் பழங்கவிதைப் பாவினங்களுள் ஒன்றான 'அகவல்' தொல் பழங்குடிச் சடங்குகளின் போது உச்சரிக்கப்பட்ட சமயப்பாடல் வடிவினதாகத் தகுதி பெறுகின்றது"[32]

"பழங்குடிச் சமூகத்திலுள்ள தெய்வத்தை அழைக்கும் அகவன் மகளிரின் அழைப்பு முறைப் பாடலிலிருந்து 'அகவற்பா' தோன்றியிருக்கலாம்..."[33]

மன்றம் படர்ந்து மறுகு சிறைப்புக்கு

கண்டி நுண்கோல் கொண்டு களம் வாழ்த்தும்

அகவலன் பெறுகமாவே - பதிற். 43 : 26 - 28 [34]

'குறி' என்று பொருள்படும் 'முதுவாய்' என்ற மதிப்புரு அடையாலேயே வேலனும், பாணனும், கோடியரும், புலவர் பெருமக்களால் அழைக்கப்பட்டுள்ளனர்.

"..... தீந்தொடைச் சீறியாழ்ப்பாண

... முதுவாய் இரவல..."                     - புறம். 70

"முருகு அயர்ந்து வந்த முதுவாய் வேல"       - குறுந். 362

"அன்னை தந்த முதுவாய் வேலன்"              - அகம். 388

''முனிவு இகந்திருந்த முதுவாய் இரவல'' - சிறுபாண். 40

''வேறுவேறு உயர்ந்த முதுவாய் ஒக்கல்'' - பட்டினப். 214

''முதுவாய்க் கோடியர் முழவொடு புணர்ந்த'' - பட்டினப். 253

களம் அமைத்து வெறியாட்டு நிகழ்த்திய வேலனையும், வேலத்தியையும் (தேவராட்டி, சாலினி) சங்க இலக்கியங்கள் நெடுகவே பதிவு செய்துள்ளன.

''பெய்ம்மணல் வரைப்பில் கழங்குபடுத்து அன்னைக்கு

முருகென மொழியும் வேலன்...'' ஐங். 249 : 1 - 2

''களம் நன்கு இழைத்து கண்ணி சூட்டி

வளநகர் சிலம்பப்பாடி பலிகொடுத்து

உருவச் செந்தினை குருதியொடு தூஉய்

முருகு ஆற்றுப்படுத்த...'' - அகம். 22

''காடுபலி மகிழ்வூட்டத் தலைமரபின் வழிவந்த தேவராட்டிதனை அழைமின்'' - பெரிய புரா. கண்ணப்ப. 47

''பெருந்தோள் சாலினி மடுப்ப'' - மதுரை. 610

வேலன் வெறியாட்டு அயர்ந்த காலை 'குறிஞ்சி' என்ற பண் பாடப்படுகின்றது. தொல்முது சடங்குச் சமூகத்தில் இப்பண் பாடப்பட்ட தொன்மையை உடையது.

திருமுருகாற்றுப்படை, பழமுதிர் சோலையில், வேலன் வெறியாட்டு நிகழ்த்துங்கால் இப்பண் பாடப்பட்ட செய்தி பதிவு பெற்றுள்ளது.

''நறும்புகை எடுத்துக் குறிஞ்சி பாடி'' - திருமுருகு. 239

''குறிஞ்சிபாடுமின் நறும்புகை எடுமின்'' - சிலப். 24 : 18

என்று சிலம்பு முன்பே இதைப் பதிவு செய்துள்ளது.

## பாணர்கள்

''புத்தருக்கு முற்பட்ட இந்தியாவில் வழங்கி வந்துள்ள பொது இலக்கியத்தில் இரண்டு மரபுகள் இருந்து வந்ததைக் காண முடிகிறது. அவற்றில் ஒன்று மந்திரம் அல்லது சமய மரபு: மற்றொன்று சூதர் அல்லது பாணர் மரபு. இரு இந்திய இதிகாசங்களான இராமாயணமும் மகாபாரதமும் சமஸ்கிருதப்பாணர் இலக்கிய மரபினின்றுதான் உருவாக்கம் பெற்றுள்ளன.

சூதர்கள் மன்னர்களின் நண்பர்களாகவும் (பாரி - கபிலர் உறவு: அதியமான் - அவ்வை நட்பு. ஆ-ர்) போரில் மன்னனின் தேரோட்டிகளாகவும் இருந்தனர். தமது தலைவர்களின் புகழை அவர்கள் போர்க்களத்திலும் (போர்க்களம் பாடும் பொருநர் - ஆ.ர்) அவைக் களத்திலும் பாடினர். அவர்கள் அரசவை உறுப்பினராகவும் இருந்து வந்தனர். (அவ்வை - தூதர் - ஆ.ர்) அவைக் களத்தில் சூதர்கள் செய்து வந்த பணியை அலைந்து திரிந்த பாடகர்களும் கூத்தர்களும் பொது மக்களிடையே செய்தனர். சமஸ்கிருதத்தில் இவர்கள் குசிலவர் (Kusilavas) என்றும், மகதர் (Magathas) என்றும் குறிப்பிடப்படுகின்றனர். மகாபாரதத்தில் சஞ்சயன் என்ற சூதன் போர்களக் காட்சிகளைத் திருதராஷ்டிரனுக்குக் கூறுவதும், இராமனின் இரட்டையர்களான மகன்கள் லவகுசர்கள் வால்மீகியிடமிருந்து கேட்டறிந்த இராம கதையினைச் செல்லுமிடமெல்லாம் பாடித்திரிந்ததையும் காண்கிறோம்''[35]

''உள்ளபடி குசலவரை இராமனுடைய மக்களென்று நினைக்கக்கூடாது. குசலவர் என்கிறது ஒரே பதமேயல்லாமல் இரண்டு பதமல்ல. குசலவன் என்றால் சூதரென்று அர்த்தம். சூதரென்றால் அரண்மனைக் கவிராயர்கள்''[36]

''சமயப்பாடல்களும் ஆடல்களும் மனித - மையக் கலைகளுக்குத் தோற்றமளித்தன. அக்கலைகள் பாணர்களின் நுட்பமான கலையாற்றல்

மிக்க மகளிர்குழு சூழ நடத்தப்பட்டன. ஹோமர் தம்மைவிட மூத்த பாணர்களான முசாயியஸ் மற்றும் ஆர்ஃபியஸ் உடன் தம்மை ஒப்பிடுகின்றார்... கிறிஸ்தவத்திற்கு முந்தைய அயல்லாந்தில் கற்பித்தல் பூசாரிகளின் கைவசம் மட்டுமின்றி பாணர்கள் அல்லது பிலித்துக்களிடமும் இருந்துள்ளது... அலைந்து திரிந்த கூத்தர்களும், நாடோடிக் கவிஞர்களுமே ரோமானிய மொழிகளில்* இலக்கியத் தோற்றத்திற்கு வழிவகுத்தனர்''[37]

பாணரும், பாடினியரும், கோடியரும், கூத்தரும், பொருநரும், விறவியரும் நாடோடி வாழ்க்கையே வாழ்ந்துள்ளனர். விழாக்களிந்த நாளில் மறுவேளை உணவிற்காக அதே ஊரில் தங்கியிராத மிகச் சிறந்த பொருநர்களைச் சங்கச் சமூகம் கொண்டிருந்தது.

''அறாஅ யாணர் அகன் தலைப் பேரூர்

சாறுகழி வழிநாள் சோறு நசை உறாது

வேறுபுலம் முன்னிய விரகு அறி பொருந!''

முடத்தாமக்கண்ணியார் என்ற புலவர் ஒரு பாணனை இவ்வாறு உயர்வு பெறப்பாடுகின்றார்.

இப்பாணரும், பாடினியரும், கோடியரும், கூத்தரும், பொருநரும், விறலியருமே பொது மக்கள் மற்றும் சடங்குத் தலைமையினரான பூசாரியரிடமிருந்து பெற்ற தமிழ் இசையையும், தமிழர் ஆடலையும் வளர்த்த பெருமைக்குரிய சன்றோர்கள் - கலைஞர்கள் ஆவர்.

**பண்**

'பண்' என்றசொல் வேளாண்மை என்று பொருள்படும். அதாவது உருவாக்குதல். பள் - வேளாண்மை சார்ந்த பாடல் (இலக்கியம், நாடகம்)

பள் என்ற சொல் 'பண்' ஆகிறது. பண் எனில் செய்; உருவாக்கு என்று பொருள். எனவே இசைச் சுரங்களால் உருவாக்கப்படும் இசைப்

பகுதியானது பண் என்று பெயர் பெறுகிறது. இப்பண் என்ற சொல்லிலிருந்து 'பண்ணை' என்ற சொல் உருவாகியுள்ளது. பண்ணை என்பதற்குப் பாடி ஆடும் குழு என்று பொருள். பண்ணை என்பது மிகப்பழம் சொல்லே.

''கெடவரல், பண்ணை ஆயிரண்டும் விளையாட்டு'' - தொல். சொல். 313

''பண்ணை வெண் பழனத்து அரிசி ஏய்ப்ப'' - அகம். 393 : 9

''ஒண்ணுதல் அரிவை பண்ணை பாயந்தென'' - ஐங். 73 : 2

''பண்ணை பாய்வோள் தன் நறுங்கதுப்பே'' - ஐங். 74 : 4

''பண்ணைத் தோன்றிய எண் நான்கு பொருளும்'' - தொல். மெய்.1

''... பண்ணை - ஊரக எளிய மகளிர் குழுவினரின் ஆடல் பாடலிலிருந்தே எண் வகைச் சுவையும் தோன்றுவதாகத் தொல்காப்பியர் பதிவு செய்கிறார். (சுவை - விறல், இரசம், சத்துவம் (**Sentiment**); சுவை (விறல்) தோன்ற ஆடுபவளே விறலி.

இந்நூற்பாவுக்குத் தொல்காப்பிய உரைகாரர் பேராசிரியர் விரிந்த பொருள் தருகின்றார்: 'முடியுடை வேந்தரும், குறுநில மன்னரும் முதலாயினோர் நாடக மகளிர் ஆடலும், பாடலும் கண்டும் கேட்டும்... குறிப்பும் சத்துவமும்...'' என்றவாறு. இளம் பூரணர், ''பண்ணைத் தோன்றிய என்பது - விளையாட்டு ஆயத்தின் கண் தோன்றிய; பண்ணை உடையது பண்ணை என்றாயிற்று'' என்பார்.

நாட்டுப்புற எளிய மகளிரின் குழுப்பாடலிலிருந்தே 'பண்' தோன்றுகிறது என்பதை இங்கே உரையாசிரியர் இளம் பூரணர் மிக வெளிப்படையாகவும், தெளிவாகவும் குறிப்பிடுகின்றார்.[38]

'பன்நெறிப் பண்ணை' என்பது கல்லாடம்.

'வண்ண வண்டு இமிர்குரல் பண்ணை போன்றனவே' பரிபா. 14 : 4

இங்கு பண் என்பதனைப் பண்ணை என்றே இப்பரிபாடலுக்கு நோதிறப் பண் வகுத்துப்பாடிய பரிபாடலாசிரியர் கேசவனார் குறிப்பிடுகின்றார்

'பண்' என்ற இச்சொல்லிலிருந்து கீழ்கண்ட சொற்கள் தமிழில் உருவாகியுள்ளன:

பண்ணு, பண்ணத்தி, பண்ணவர், பண்டர், பண்பு, பண்ணியல், பண்ணியம், பண்ணையம் (நெல்வேளாண்மை) பண்ணை, பணை, பண்ணல், பணவம், பணி, பணியம், பணிக்கர், பண்ணுமை, பணு, பாண், பாணி, பாண்டிகம், பாண்டிகன், பாண்டில், பாணர், பாணியர், பாணினி, பாணிச்சி, பாணாத்தி, பாணு.

என இருபத்தொன்பது சொற்கள் தமிழில் தோற்றம் கொண்டுள்ளன. பண் என்பது குரலிசை, கருவி இசை என எல்லா வித இசையையும் குறிக்கும்.

பண்படுத்தப்பட்ட மருத நிலமே பணை, தண்பணை, பண்ணை என்று பெயர் பெறுகின்றது.

உரோம நாட்டுச் சொற்பொழிவாளர் சிசரோ என்பவர் முதன்முதலில் 'கல்சுரா' (Cultura) என்ற சொல்லை, ஆட்சிக்குக் கொண்டு வந்தார். இலத்தீன் சொல்லான 'கல்சுரா' என்பது முதலில் நிலத்தைப் பண்படுத்துவதையே (Cultivation) குறிப்பிடுகின்றது. (சான்று : Agriculture, Horticulture)

தமிழிலும் 'பள்' (பண்) என்பது வேளாண்மையையே குறிக்கின்றது.

இசைப்பாடலின் இசைப்பகுதியே (Musical Structure) 'பண்' என்பது.

பண், பண்ணு, யாழ், பாணி, திறம், குழல், பாலை என்று பண் குறித்துப் பல சொற்களையும், அவை பற்றிய பல செய்திகளையும் சான்றோர் இலக்கியங்கள் பதிவு செய்துள்ளன.

''பண் அமைசீறியாழ்'' - பெருந. 109

''... பண் அமைத்து திண்வார் விசித்த'' - மலை படு. 2 - 3

''பண் அமை நல் யாழ்ப் பாணனொடு'' - அகம். 346 : 13

என்று 'பண்' பற்றியும், (இங்கு பண் என்பது ஒத்து என்ற சுதியைக் குறித்தது)

''பண்ணுப் பெயர்த்தாங்கு'' - பதிற். 65 : 15

''பண்ணுப் பெயர்த்து'' - மதுரைக். 560

''பண்ணுமுறை நிறுப்ப'' - நெடுநல். 70

''பண்ணுப் பெயர்த்தன்ன'' - மலைபடு. 451

என்று 'பண்ணு' என்ற சொல்லாட்சியும்,

''யாம நல் யாழ் நாப்பண்நின்ற'' - மதுரைக். 584

''செவ்வழி நல்யாழ் இசை...'' - அகம். 14 : 15

''ஏழ்புழை ஐம்புழை யாழ் இசை'' - பரிபா. 8 : 22

என்று 'யாழ்' என்ற சொல்லும்,

''அறல்குழல் பாணி'' - சிறுபாண். 162

''விருந்தின் பாணி'' - மலைபடு. 539

''ஐது அமை பாணி'' - அகம். 98 : 17

என்று 'பாணி' என்ற சொல்லாட்சியும்,

''நோய்சேர்ந்த திறம் பண்ணி'' - கலித். 77

என்று 'திறம்' என்ற சொல்லும்,

''இயவர் ஊதும் ஆம்பல் அம் குழலின்'' - நற். 113 : 10 - 11

''கொன்றை அம் தீங்குதல் மன்று தோறு இயம்ப'' - நற். 364 : 10

என ‘குழல்’ என்ற சொல்லும்,

புரி நரம்பின் கொளைப் புகல் பாலை ஏழும் - பரிபா. 7 : 77 என ‘பாலை’ என்ற சொல்லும் ‘பண்’ குறித்த சொற்களாக சங்க இலக்கியத்துள் பயின்று வருகின்றன.

நாநிலத்திற்கும் நாற்பெரும்பண்களைத் தமிழர் கண்டுள்ளனர்.

‘‘பாலை, குறிஞ்சி, மருதம், செவ்வழி என

நால்வகைப் பண்ணா நவின்றனர் புலவர்’’ - வாப்பியனார், யா.வி. ஒழிபியல்

‘‘நாற்பெரும் பண்ணும் ஏழு வகைப் பாலையும்’’ - பெருங். 1 : 37 : 116

பெரும்பண்களில் தலைமை பெற்ற ஏழு பாலை (பெரும்பண்)களை சங்க காலத்திலேயே கண்டு பாடிவந்துள்ளனர்.

‘‘புரி நரம்பின் கொளைப்புகல் பாலை ஏழும்’’ பரிபா. 7 : 77

‘‘ஏழ்புணர் சிறப்பின் இன்தொடைச் சீறியாழ்’’ மதுரைக். 559

‘‘நாற்பெரும் பண்ணும் ஏழு வகைப் பாலையும்’’ - பெருங். 1 : 37 : 116

சங்க இலக்கியங்களில் தொல் தமிழர் பாடி வந்த பண்களைப் பற்றிய பதிவுகள் பல உள்ளன.

## சங்க இலயக்கியத்தில் இடம்பெறும் பண்கள்

முல்லை, குறிஞ்சி, மருதம், செவ்வழி, பாலை, நைவளம், நோதிறம், ஆம்பல், காஞ்சி, விளரி, காந்தாரம், கொன்றைக்குழல், தழிஞ்சி என 13 பண்கள் சங்க இலக்கியங்களில் பதிவு பெற்றுள்ளன. இப்பண்கள் தமிழர்களால் ஏறக்குறைய 3000 ஆண்டுகளுக்கு முன்பிருந்தே

பாடப்பட்டு வந்தவை. இன்று வரை (செவ்வழி தவிர) இப்பண்கள் நடப்பில் உள்ளன.

இவை தவிர மேலும் பல பண்கள் பாடப்பட்டிருக்கலாம்; பதிவுகள் இல்லை; சங்க இலக்கியங்கள் குறிப்பிட்ட எண்ணிக்கை அடிப்படையில் தொகுக்கப்பட்டவையே. பதிவு பெற்ற பண்களுக்கும் கூடுதலாக வேறு பண்கள் பாடப்பட்டதற்கு ஆதாரமில்லைதான். ஆனால் ஆதாரம் இல்லை என்பதே இல்லை என்பதற்கு ஆதாரமாகிவிடாது.

1. முல்லை - செம்பாலை - அரிகாம்போதி

"பாணர் முல்லை பாட" - ஐங். 408 : 2

2. குறிஞ்சி - படுமலைப் பாலை - நடபயிரவி

"உறுகெழுமரபின் குறிஞ்சி பாடி" - நற். 255 : 2

"படுமலைநின்ற நல்யாழ்..." - நற். 139 : 4

3. மருதம் - கோடிப்பாலை - கரகரப்பிரியா

"யாழோர் மருதம் பண்ண" - மதுரைக். 658

4. செவ்வழி - செவ்வழிப் பாலை - இருமத்திமத்தோடி

"சீறியாழ் செவ்வழி பண்ணி" - புறம். 144 : 2

5. பாலை - அரும் பாலை - சங்கராபரணம்

"வல்லோன் தைவரும் வள்ளுயிர்ப் பாலை" - அகம். 355 : 4

6. நைவளம் - நட்ட (பாடை) - நாட்டை - (கம்பீர நாட்டை)

"நைவளம் பழுநிய பாலை வல்லோன்" - குறிஞ். 146

7. நோதிறம் - இந்தளம் - இந்தோளம்

இந்தளப் பண்ணிற்கு மருள் என்ற பெயரும் வழங்கியுள்ளது.

"கலி மயில் அகவும் வயிர் மருள் இன்னிசை" - நெடுநல். 99

பரி பாடல்கள் 13 - 17 இப்பண்ணில் இசையமைக்கப்பட்டுள்ளன.

8. ஆம்பல் - காமரம் - சுத்த தன்யாசி

"ஆபெயர் கோவலர் ஆம்பலொடு அளைஇ" - அகம். 214 : 12

9. காஞ்சி

"இசை மணி எறிந்து காஞ்சி பாடி" - புறம். 281 : 5

("பண் காஞ்சி இசைபாடும்" பெரியபு. திருக்குறிப். 86/1168)

10. விளரி - விளரிப்பாலை - தோடி

"சிறுநா ஒண் மணி விளரி ஆர்ப்ப" - குறுந். 336 : 3

11. காந்தாரம் - கர்நாடக தேவகாந்தாரி (ஆபேரி)

பரிபாடல்கள் 8 - 21 இப்பண்ணில் இசையமைக்கப்பட்டவை.

12. கொன்றைக் குழல் - சுத்த சாவேரி

"கொன்ற அம்தீங்குழல் மன்று தோறு இயம்ப" - நற். 364 : 10

13. தழிஞ்சி - மேற் செம்பாலை - கல்யாணி

"குரல்புணர் இன்னிசைத் தழிஞ்சிபாடி" - பதிற். 57 : 9

## நூற்று மூன்று பண்கள்

பண் வளர்ச்சி குறித்து சிலப்பதிகாரம், அதன் உரைகள் நிறைந்த பதிவுகளைச் செய்துள்ளன.

"நூற்று மூன்று பண் நீர்மை..." - சிலப். 3 : 58 உரை

"இவ்வேழு பாலையினையும் முதலடுத்து நூற்று மூன்று பண்ணும் பிறக்கும்" சிலப்பதிகாரம் 8 : 35 அடியார்க்.

"பண்களாவன : பாலையாழ் முதலிய நூற்று மூன்று" குறள் 573 பரிமே.

**103 பண்களாவன :**

| | | |
|---|---|---|
| 1. பெரும்பண் | - | 16 |
| 2. பாலையாழ்த்திறம் | - | 20 |
| 3. மருத யாழ்த்திறம் | - | 16 |
| 4. குறிஞ்சியாழ்த்திறம் | - | 32 |
| 5. செவ்வழியாழ்த்திறம் | - | 16 |
| 6. தாரப் பண்திறம் | - | 1 |
| 7. பையுள் காஞ்சி | - | 1 |
| 8. படுமலை | - | 1 |
| ஆக | - | 103 பண்கள் |

(பிங்கலநிண்டு 1375 - 1385 நூற்பாக்களில் 103 பண்கள் கூறப்பட்டுள்ளன.)

சிலப்பதிகார (உரை) காலத்து தமிழகத்தில், தமிழர் பாடிய 11,991 பண்கள் பற்றி குறிப்பு வருகின்றது.

''ஆடல், பாடல், இசையே தமிழே'' - சிலப். 3 : 45

என்ற சிலம்பு அடிக்கு இரு உரைகாரர்களும், ''நரப்படைவால் உரைக்கப்பட்ட பதினோராயித்துத் தொள்ளாயிரத்து தொண்ணூற்றொன்றாகிய ஆதி இசைகளும்'' என விரிவுரை கூறுகின்றனர். இதற்கான, ''உயிரிருயிர்... தொண்டு மீண்ட பன்னீராயிரம், கொண்டனர் இயற்றல் கொளை வல்லோர் கடனே என்னும் சூத்திரத்தால் உறழ்ந்து கண்டுகொள்க'' என்று மேற்கோள் நூற்பாவை உரையாசிரியர்கள் தந்துள்ளனர்.

3000 ஆண்டுகாலமாக பண் பெருக்கமுற்று நம் இசை இன்னிசை, பண்ணிசை (Melodic Music) என்றெல்லாம் பெயர் பெற்றுள்ளது.

அற்றை நாளிலேயே தமிழர் தம் இசையில், உச்ச நிலையை அடைந்திருந்த செய்தியை,

"பாடுதுறை முற்றிய பயன்தெரி கேள்வி" சிறுபாண். 225 என நமது சங்கச் சான்றோர் பதிவு செய்திருக்கின்றனர்.

### பண் பாடும் பண்பாடு - மேற்கோள் பட்டியல்

1. தமிழ்ச் செவ்வியல் இலக்கியங்கள் பக். V, VI. பெ.மாதையன்

2. மேலது. பக். 15

3. கல்வெட்டுக்கலை - அணிந்துரை - பொ.இராசேந்திரன், சொ. சாந்தலிங்கம்

4. மேலது. பக். 113

5. தமிழ் எழுத்தியல் வரலாறு - (சு.இராசவேலு கட்டுரை) பக். 18

6. D.C.Sircar, Inscription of Asoka 1957, the pub - divn. Govt. of India, P. 40 அசோகனின் கல்வெட்டுகள், பக். 45, 60 தினேஷ் சந்திர சர்க்கார் (தமிழில் : தி.இ.இரகுநாதன்)

7. தமிழ் எழுத்தியல் வரலாறு - நடனகாசிநாதன் கட்டுரை பக். 31

8. மேலது (சு. இராச வேலு கட்டுரை) பக். 12

9. சங்க இலக்கியமும் அகழாய்வும் - பக். 66, 73. கா.இராஜன் மேற். தமிழ்ச்செவ்வியல் இலக்கியங்கள் பக். 13 பெ.மாதையன்.

10. தமிழ்ச் செவ்வியல் இலக்கியங்கள் பக். 14

11. கல்வெட்டுக்கலை பக். 79

12. தமிழ்ச் செல்வியல் இலக்கியம் பக். 15

13. R.Nagaswamy, Editor, Dramillica 1970 part 1, p 41 மேற். தமிழ் எழுத்தியல் வரலாறு (நடன காசிநாதன் கட்டுரை) பக். 30

14. தமிழ்ச்செவ்வியல் இலக்கியங்கள் பக். 15

15. பின் நவீனத்துவத்தின் அடிப்படைக்கூறுகள் முதலிய கட்டுரைகள், ஆய்வு வட்ட வெளியீடு (தொ.ஆ. கிருஷ்ண மூர்த்தி. வெ) 1998 மேற். தமிழ்ச் செவ்வியல் இலக்கியங்கள் பக். 15

16. பனுவல் அக்டோபர் 2011 பெருங்கற் காலத் தமிழ்ச்சமூகம் : தொல்லியல் தரவுகளை முன்வைத்து - கட்டுரை சி. இளங்கோ பக். 52

17. மேலது பக். 54, 55

18. மேலது பக். 56

19. பரதகண்ட புராதனம், கால்டுவெல் பக்.59

20. பனுவல் அக்டோபர் 2011 பெருகற்காலத் தமிழ்ச்சமூகம் : தொல்லியல் தரவுகளை முன் வைத்து - பக். 56

21. மேலது - பக். 15

22. எம்மொழி செம்மொழி, அப்துல் ரகுமான் பக். 26, 27

23. மனித சாரம், ஜார்ஜ் தாம்ஸன் (தமிழாக்கம் எஸ்.வி.இராஜதுரை) பக். 31, 34

24. அகம். 102 : 5 - 6

25. பண்டைத் தமிழ்ச் சமூகத்தில் கல்வி - சேவியர் தனி நாயகம் அடிகளார் பக். 40

26. மேலது பக். 41 - 44

27. மேலது பக். 34

28. மேலது பக். 33

29. மனித சாரம் பக். 104 - 106

30. மேலது பக். 151

31. பண்டைத் தமிழ்ச் சமூகத்தில் கல்வி. பக். 39

32. மேலது பக். 36 -38

33. தமிழிசைப் பேரகராதி - நா.மம்மது பக். 5

34. பண்டைத்தமிழ்ச் சமூகத்தில் கல்வி பக். 50

35. மேலது பக். 47

36. பரத கண்ட புராதனம் - கால்டு வெல் பக். 30

37. பண்டைத் தமிழ்ச் சமூகத்தில் கல்வி பக். 48 - 49

38. ஆதி இசையின் அதிர்வுகள் - நா.மம்மது பக். 21

# முல்லை

## முல்லை - திணை

முல்லை நிலம், பெரும் பொழுது என்ற பருவகாலமான கார் காலம், சிறுபொழுதான மாலை, உரிப்பொருளான இருத்தல், கருப்பொருள்கள், மக்கள் தொகுதி என்ற இச்சூழலின் உள்ளும் புறமுமான உறவின் ஊடாட்டமே முல்லைத்திணை.

தொல்காப்பியர் முதல் திணையாக முல்லைத் திணையைக் குறிப்பிடுகின்றார்.

''மாயோன் மேய காடுறை உலகமும்''[1] என்றும்

''காரும் மாலையும் முல்லை''[2] என்றும்

''முல்லை குறிஞ்சி மருதம் நெய்தல் எனச்

சொல்லிய முறையால் சொல்லவும் படுமே''[3] என்றும்

''முல்லை முதலாச் சொல்லிய முறையால்''[4] என்றும்

முல்லையைத் தொல்காப்பியர் முதன்மைப்படுத்துகிறார்.

''காடு, நாடு, மலை, கடல் என்பதே பெருவழக்கு. (இன்னும் ''சொல்லிய முறையாற் சொல்லவும் படும்'' என்றதனான், இம்முறையன்றிச் சொல்லவும்படும் என்று கொள்க) அஃதாவது

அவற்றுள் யாதானும் ஒன்றை முன்னும் பின்னுமாக வைத்துக் கூறுதல்,"[5], "முல்லை, குறிஞ்சி, மருதம், நெய்தல் எனச் சொல்லிய நிலத்தின் மக்களும்..."[6] என்பார் இளம்பூரணர்.

"உம்மை எதிர் மறையாகலின், இம்முறையன்றிச் சொல்லவும் படுமென்பது பொருளாயிற்று"[7] என்பது நச்சர். கூற்று.

திணை என்ற நிலையில் முல்லைத் திணை என்பது முல்லை நில ஒழுக்கமாகிய ஆற்றி இருத்தலைக் குறிக்கும்.

### முல்லை - மலர்

முல்லைத் திணைக்குரிய முதன்மையான மலர் முல்லையாகும் - கார்கால மலர். மாலையில் மலரும் மலர். எனவே 'காரும் மாலையும் முல்லை'

"பூ - முல்லையும் பிடவும், தளவும்..."[8]

"பூ - முல்லையும், பிடவும், தளவும், தோன்றியும்"[9]

ஏனைய அகத்திணை நூல்கள், குல்லை, பைந்துழாய், கொன்றை, காயா, மல்லிகை மலர்களையும் முல்லை நில மலர்களாகக் குறிப்பிடுகின்றன.

"செறி இலைக்காயா வஞ்சனமலர

முறி இணர்க் கொன்றை நன்பொன்காலக்

கோடல் குவிமுகை அங்கை அவிழத்

தோடார் தோன்றி குருதி பூப்ப"

என முல்லைப் பாட்டு, முல்லை நில மலர்களைக் கூறும்.

"முல்லை என்பது அழகான வெண்ணிற மலரைக் குறிக்கும் பெயராகும். இச்சொல் இம்மலர் மிகுதியாகக் காணப்படும் காட்டை அல்லது நிலத்தையும் குறிக்கும். அது மலரும் பருவம், பொழுது

ஆகியவற்றின் தொடர்பில் அடிக்கடி குறிக்கப் பெறும். இச்சொல் இந்நிலத்தின் பாடல்களையும் குறிக்கும். முல்லைத் திணையில் பிரிந்த தன் கணவன் வரவு நோக்கிக் கவலையோடு காத்திருக்கும் கற்புடைய மனைவி பின் உருக்காட்சியைப் பெறுகின்றோ மாதலின் முல்லை என்பது 'கற்பு'த் தன்மையையும் குறித்து நின்றது. இதுவே திணைச் செய்யுளின் தொன்மையை நன்கு எடுத்துக்காட்டுகின்றது. இச்சொல்லின் பொருள், திணைச் செய்யுள் மரபோடு சேர்ந்து வளர்ந்து வந்திருக்கிறது. சிற்சில சமயங்களில் இச்சொல் ஒரு பண்ணையும் குறிக்கும்''[11]

''மகளிர் முல்லையை வளர்த்தல் இயல்பு; 'தேவி முல்லை வளர்த்ததற்குக் காரணம் கற்புடைமை என உணர்க' (தக்க. 75 உரை). மௌவல் நாறும் கூந்தல் என்றது முல்லையை அணிந்தமையால் அமைந்த மணத்தை உடையதென்றபடி கற்புக்கு அறிகுறியாக மகளிர் முல்லை மலரைச் சூடுதல் மரபு; கற்பின் மிகுதி தோன்ற முல்லை சூடுதல் இயல்பு (சிறுபாண். 28 - 30 நச்சர்)''[12]

''குல்லையம்புறவின் குவிமுகை அவிழ்ந்த

முல்லைசான்ற கற்பின் மெல்லியள்''[13]

''தனியோர் இரங்கும் பனிகூர் மாலைப்

பல்லான் கோவலர் கண்ணிச்

சொல்லுப வன்ன முல்லை மென்முகையே''[14]

''பெயல் புறந்தந்த பூங்கொடி முல்லைத்

தொகுமுகை இலங்கு எயிராக

நகுமே தோழி நறுந்தண் காரே''[15]

## முல்லை - நிலம்

காடும், காடு சார்ந்த இடங்களும் முல்லை நிலமாகும்.

"மாயோன் மேய காடுறை உலகமும்"[16] என்பார் தொல்காப்பியர்.

"கடல் வண்ணன் காதலித்த காடுறை உலகமும்"[17]

என்பார் இதற்கு உரைவகுத்த நச்சினார்க்கினியர். குறும்பு, கொல்லை, புறவு, சீறூர், பாடி, சேரி, பட்டி, பள்ளி என முல்லை நிலப்பகுதிகள் பெயர் பெறுகின்றன.*

"ஆர்கலி ஏற்றோடு கார்தலை மணந்த

கொல்லைப்புனத்த முல்லை முன்கொடி"[18]

"மழைவிளை யாடுங்குன்றுசேர் சிறுகுடிக்

கறவை கன்று வயிற்படரப் புறவில்

பாசிலை முல்லை..."[19]

"கருவை வேய்ந்த, கவின் குடிச்சீறூர்"[20]

"படுநீர்ப்புணரியில் பரந்த பாடி"[21]

"மரங்கொள் சேரி மாறுபொரு செருவில்"[22]

முல்லை நிலமானது செம்புலம், வன்புலம், புன்புலம் (புன்செய்) வியன்புலம் என்றெல்லாம் பெயர் பெறுகின்றது.

"இங்கே செம்மண் பரந்திருத்தலின் இந்நிலத்தைச் செம்புலமென்பர்"[23]

"வன்புலம் இறந்த பின்றை"[24]

"கானவைப்பின் புன்புலத்தானே"[25]

**முல்லை - பெரும்பொழுது - கார் காலம்**

பருவ காலத்துள் கார் காலம் முல்லைக்குரியது. கார் ஆவது மழை பெய்யுங்காலம்.

''காரும் மாலையும் முல்லை''[26]

''பெரும்பொழுதினுட் கார்காலமும்...''[27]

''முல்லைக்குக்காரும் மாலையும் உரியவாதற்குக் காரணமென்னையெனின், பிரிந்து மீளும் தலைவன் திறமெல்லாம் பிரிந்திருந்த கிழத்தி கூறுதலே முல்லைப் பொருளாயும், பிரிந்து போகின்றான் திறங்கூறுவனயெல்லாம் பாலையாயும் வருதலின், அம்முல்லைப் பொருளாகிய மீட்சிக்கும் தலைவி இருத்தற்கும் உபகாரப்படுவது கார்காலமாம்; என்னை? வினைவயிற் பிரிந்து மீள்வோன், விரைபரித்தேரூர்ந்து பாசறையினின்று மாலைக் காலத்து ஊர்வயின் வரூஉங்காலம் ஆவணியும், புரட்டாதியும் ஆதலின், அவை வெப்பமும் தட்பமும் மிகாது இடை நிகரவாகி ஏவல் செய்து வரும் இளையோர்க்கு நீரும் நிழலும் பயத்தலானும், ஆர்பதம்மிக்கு நீரும் நிழலும் பெறுதலில் களி சிறந்துமாவும்புள்ளும் துணையோடு இன்புற்று விளையாடுவன கண்டு தலைவற்குந் தலைவிக்கும் காமக்குறிப்பு மிகுதலானுமென்பது''[28] என்று இதற்கு விரிந்த பொருள் தருவார் நச்சினார்க்கினியர்.

''கார்புறந்தந்த புலத்து முல்லை''[29]

''கார்புறந்தந்த நீருடை வியன் புலத்து''[30]

''The onset of rains in that magical time in tropical country of the greening of the earth after the burning summer and devesting drought; of hope springing up in the hearts of grieving women waiting anxiusly, for the return of their husbands who have to travel to far places on business of various kinds. The rainy season in Indian literature is like spring time and all that it suggests in western literature. But it is also the time of unendurable anguish for those separated from their loved ones, as the Yaksa and his beloved are''[31]

''Hearts burning in the fire of separation
men for from home can scarcely bear to see
the swirling clouds of dust tossed up
from the earth burnt by the sun's fierce heat''[32]

**முல்லை - சிறுபொழுது - மாலை**

''காரும் மாலையும் முல்லை''[33]

மாலை என்பது முன் இரவைக்குறிப்பது. முல்லை மலரும் நேரம்.

''... புல்லென் மாலை
முல்லை வாழியோ முல்லை''[34]

''புல்லை மேய்ந்து கொல்லேற்றோடு புனிற்றாக்கன்றை நினைந்து மன்றில் புகுதரவும், தீங்குழல் இசைப்பவும் பந்தர் முல்லை வந்து மணங்கஞற்றவும், வருகின்ற தலைவற்கும் இருந்த தலைவிக்கும் காமக் குறிப்பும் சிறத்தலின் அக்காலத்து மாலைப் பொழுதும் உரித்தாயிற்று''என்பார் மாலை பற்றி நச்சினார்க்கினியர்.[35]

''மாலைப் பொழுது இந்நிலத்திற்கு இன்றியாமையாத முல்லை மலருங்காலம் ஆதலானும், ஆண்டுத் தனியிருப்பார்க்கு இவை கண்டுழி வருத்தம் மிகுதலின், அதுவும் சிறந்தது ஆயிற்று''[36] என்பது மாலை குறித்த இளம் பூரணர் கூற்று.

''முகை முற்றினவே முல்லை, முல்லையொடு
தகைமுற்றினவே தண்கார் வியன்புனம்
வாலிழை நெகிழ்ந்தோர் வாரார்
மாலை வந்தன்றென் மாணலங்குறித்தே''[37]

''கார்காலத்தைக் கண்டு வருந்தினேன்; அக்கார்ப் பருவத்திலும் காமம் மலர்வதற்குரிய மாலையைக் கண்டு பின்னும் வருத்தினேன்''[38]

''காலையும் பகலும் கையறு மாலையும்''[39]

''பகல் ஆற்றுப்படுத்த பழங்கண் மாலை''[40]

''பெரும் பெயல் பொழிந்த சிறுபுன் மாலை''[41]

''காலை அரும்பி பகல் எல்லாம் போது ஆகி

மாலை மலரும் இந்நோய்''[42]

கற்பியலில் 'பொழுது கண்டு இரங்கல்' எனும் அதிகாரத்தில் மாலை தரும் துன்பத்தை பத்து குறள்களில் (1221 - 1230) வள்ளுவர் காட்டியுள்ளார்.

''அழல்போலும் மாலைக்குத் தூதாகி ஆயன்

குழல் போலும் கொல்லும் படை''[43]

''The breeze of moist sandal - scented fans

The touch of flower - garlands on the beloved's breast

The lutes exquisite murmering sound

These now awaken sleeping love''[44]

என்பான் மேக தூதத்தில் காளிதாசன்.

## முல்லை - உரிப்பொருள் - இருத்தல்

குறிஞ்சி நில வேட்டுவ வாழ்க்கை (nomadic life)யிலிருந்து நாகரிகமடைந்த மாந்தர் கால் நடை வளர்த்தும் சிறிதளவு வேளாண்மை செய்தும் ஓரிடத்தில் நிலையாகக்குடி இருந்து (இருத்தல்) (settlement) வாழ்ந்த வாழ்க்கையே முல்லை நில உரிப்பொருளான 'இருத்தல்'

"இங்கே வாழ்பவர் இடையர். அவர்கள் ஆடுகளையும் பசுக்களையும் மேய்ப்பர்... அவர்கள் இராக்காலத்தே ஆடுகளோடு மேய்ப்புலத்தே தங்கிவிடுதலும் உண்டு"[45]

அவ்வாறு தங்கிவிடும்போது அவர்களின் வரவை எதிர்பார்த்து மனைவியர் இல்லில் ஆற்றி இருத்தலே 'இல்லிருத்தல்'

"... பிரிந்துழித்தலைவி ஆற்றி இருப்பது முல்லையாகலின்..."[46]

"அவரோ வாரார் முல்லையும் பூத்தன

பறியுடைக்கையர் மறியினத்தொழியப்

பாலொடுவந்து கூழொடு பெயரும்

யாருடை யிடைமகன் சென்னிச்

சூடிய வெல்லாஞ் சிறுபசு முகையே"[47]

ஆநிரையும், உற்பத்தி உபரியும் செல்வங்கள் ஆன காலை, 'இல்லிருத்தல்' 'கற்போடு இல்லிருத்தல்' ஆனது.

"முல்லை சான்ற கற்பின்

மெல்லியல் குறுமகன் உறைவின் ஊரே"[48]

"முல்லை சான்றமுல்லை அம் புறவின்"[49]

இங்கு முல்லை என்பதே கற்பு ஆகியுள்ளது.

"இரவுபகல் இங்கிருந்து ஏக்கமொடு நோக்கி

என்துயர்கூர் நெஞ்சினுக்கு ஏதே தோ மொழிவேன்

உரமுள என் கணவரவர் வெகு தூரத்துள்ளார்

ஒன்று துயர் நீக்குதற்கே என்றுவரு வாரோ?"[50]

**முல்லை - உணவு**

முல்லை நில மக்களின் உணவு ஆவன : வரகு, முதிரை, திணை மற்றும் பால், தயிர், மோர், வெண்ணெய், நெய், முதலிய பால் படு பொருட்கள் :

''கோடல் குவிமுகை அங்கை அவிழத்
தோடார் தோன்றி, குருதி பூப்பக்
கானம் நந்திய செந்நிலப் பெருவழி
வானம் வாய்ந்த வாங்கு கதிர்வரகின்''[51]

''செவ்வூண் தோன்றா, வெண்துவை முதிரை''[52]

''பசுந்தினை மூரல் பாலொடும் பெறுகுவீர்''[52அ]

''மாலை வெண் குடைப் பாண்டியன் கோயிலில்
காலைமுரசம் கனைகுரல் இயம்பு மாகலின்
நெய்ம்முறை நமக்கின்றாமென்று
ஐயைதன் மகளைக் கூஉய்க்
கடைகயிறும் மத்தும் கொண்டு
இடைமுது மகள் வந்து தோன்றுமன்''[52ஆ]

**முல்லை - தெய்வம் - மாயோன்**

''மாயோன் மேய காடுறை உலகமும்...''[53]

''மாயோன் அன்ன மால்வரை''[54]

''மாயோன் மேய ஓணநன்னாள்''[54அ]

''மாயோன் ஒத்த இந்நிலத்தே''[55]

''மாஅயோயே மா அயோயே...

மாயோய் நின்வயின் பரந்தவை உரைத்தேம்''[56]

''மாயவன் சீருளார் பிஞ்ஞையும்தாரமும்''[56அ]

மாயோன், மாயவன், மாஅயோய், மாயோய் என்றெல்லாம் முல்லை நிலத் தெய்வம் சங்க இலக்கியங்களில் சுட்டப்படுகின்றது.

மாஅல் (மால்) எனவும் இத்தெய்வம் கூறப்படுகின்றது.

''மரம் செலமிதித்த மாஅல் போல''[57]

''நீர் செலநிமிர்ந்த மா அல் போல''[58]

எனவே முல்லை நிலத் தெய்வம் 'திருமால்' எனவும் நம் இலக்கியங்களின் வழி அடையாளம் காண முடிகின்றது.

''திருமால் சீர் கேளாத செவி என்ன செவியே''[59]

''பாம் பணைப்பள்ளி அமர்ந்தோன்''[59அ]

### முல்லை - தொழில்

குறிஞ்சித் திணையின் வேட்டைச் சமூகம் (Hunters), பண்பட்டு முல்லைத் திணையின் கால்நடைச் சமூகமாகவும் தொடக்க வேளாண்மை சமூகமாகவும் (Breeders) தொடரும் மானிட வாழ்வில், திணை மாற்றம் பெற்றுள்ளது.

கோஇனம் (பசுஇனம்), கோட்டினம் (எருமை இனம்), புல்லினம் (ஆட்டு இனம்) மூன்றையும் வளர்ப்பவர்கள். முல்லை நிலமான புன் புலத்தில் (புன்செய் நிலம்) வரகு, முதிரை, தினை, அவரை வேளாண்மை செய்துள்ளனர்.

''கருவை வேய்ந்த கவின் குடிச்சீறூர்

நெடுங்குரல் பூளைப் பூவின் அன்ன

குறுந்தாள் வரகு...''[60]

''அவரை வான் புழுக்கு அட்டிப் பயில் வுற்று''[60அ] பால் மற்றும் பால் படுபொருட்களை விற்று வாழ்ந்துள்ளனர்.

''பாலொடு வந்து கூழொடு பெயரும்''[61]

''உறை அமை தீம்தயிர் கலக்கி,

நாள்மோர் மாறும் நல்மாமேனி... ஆய்மகள்...

நெய்விலைக் கட்டிப் பசும்பொன் கொள்ளாள்

எருமை நல் ஆண், கரு நாடு பெறூஉம்''[62]

''ஆகாத்தோம்பி ஆபயன் அளிக்கும் கோவலர் வாழ்க்கை...'' என்பார் இளங்கோவடிகள்...

''ஆபயன் குன்றும்...'' என்பார் வள்ளுவர்.

**முல்லை - மக்கள்**

ஆ எனில் பசு; ஆயம் என்பது ஆநிரை (பசுத்திரள்) ஆயர் என் போர் கோவினத்தார்; கோவலர்.

மேலும் இந்நிலத்தவர் - இடையர், இடைச்சியர், ஆயர், ஆய்ச்சியர், ஆய்த்தி, குறும்பொறை, மனைவி, செம்மல் கிழத்தி, இல்லாள், தோன்றல், அண்ணல், குடவர் என்றும் அழைக்கப்பட்டுள்ளனர்.

''முல்லையாளர், கோவலர், இடையர்

(சொல்லிய)வண்டர், பொதுவர், ஆன்வல்லோர்

குடவர், பாலர், தொறுவர், கோவிந்தர்

அண்டர், கோபாலர், ஆயர், அமுதர்

என்று இங்கு முல்லை நிலத்தவர் பெயரே''[63] என்றும்

''ஆய்ச்சியர், தொறுத்தியர், பொதுவியர், குடத்தியர்

(வாய்த்த) இடைச்சியர் முல்லை நில மகளிர்''[64]

என்றும் இந்நிலமக்களைத் திவாகர நிகண்டு குறிப்பிடுகின்றது.

"ஆயர் எமர் ஆனால் ஆய்த்தியேம் யாம்"[65] என்பது கலித்தொகை.

## முல்லை - யாழ் - முல்லை என்ற செம்பாலை

"தெய்வம் உணாவே...

செய்தி யாழின், பகுதி யொடு..."[66]

என்ற நூற்பாவில் தொல்காப்பியர் குறிப்பிடும் 'யாழ்' என்பதை, முல்லை நிலத்திற்கு 'முல்லையாழ்' என்பார் நச்சினார்க்கினியர். இப்பண்ணின் பல்வேறு பெயர்களாவன : முல்லை, முல்லையாழ், செம்பாலை, குலமுதல் பாலை, மங்கலப்பண், பாலையாழ், குரல், குரல் பண், தொல் ஏழிசை, குழல்ப்பண், முல்லைப்பண். இது ஓர் ஏழுசுரப்பண் (சம்பூரணம், மேளகர்த்தா இராகம்) இன்று இப்பண் 'அரிகாம்போதி' என்று அழைக்கப்படுகிறது.

"பாணர் முல்லை பாட"[67]

"முலையாழ் கெழும மொந்தை கொட்ட"[68]

(முல்லையாழ் > முலையாழ்)

வலமுறைத்திரிபில் (Clockwise Rotation) தலைமையான பாலை என்பதால் சிறப்புக்கருதி இப்பண் 'பாலை யாழ்' என்று அழைக்கப்படுள்ளது.

"தாரத்து உழை தோன்றப் பாலையாழ்"[69]

"குரல் குரலாயது செம்பாலை"[70] என்பார் அடியார்க்கு நல்லார்

ஏழ்பெரும் பாலைகளின் மீதி ஆறு பெரும் பாலைகளைப் பண்ணுப் பெயர்த்தல் முறையில் பிறப்பிக்கவல்லது.

யாழ் = பாலை = பெரும்பண் (ஏழுசுரப்பண் மேளகர்த்தா)

சிலப்பதிகாரம் ஆய்ச்சியர் குரவை 'எடுத்துக்காட்டு' என்ற பகுதியில் இப்பண்ணின் சுரங்களை இளங்கோ அடிகள் குறிப்பிடுகின்றார்.[70அ]

## முல்லை - பகுதி - முல்லைப் பாணி

''தெய்வம், உணாவே...

... யாழின், பகுதி யொடு''[71]

என்ற தொல்காப்பிய நூற்பாவுக்கு உரை வகுத்த இளம் பூரணர்,

''யாழின் பகுதி என்பது பண் - அது சாதாரி'' என்பார்.

''பாடுதும் முல்லைத்தீம்பாணி என்றாள்''[72] என்று மாதரி முல்லைத் தீம்பாணி என்ற பண் பாடி மாயவனைப் பரவுதல் வேண்டும் என்று கூறுவதாக இளங்கோ அடிகள் ஆய்ச்சியர் குரவையுள் குறிப்பிடுகிறார்.

முல்லைத்தீம்பாணி என்ற பண்ணின் சுரங்களை ஒரு வெண்பாவில் இளங்கோ அடிகள் அமைத்துக் காட்டுகின்றார்:

''குரல் மந்தமாக இளிசமனாக

வரன்முறையேதுத்தம் வலியா - உரன்இலா

மந்தம் விளரி பிடிப்பாள் அவள் நட்பின்

பின்றையைப் பாட்டெடுப்பாள்''[73]

குரல் - ச ; இளி - ப; துத்தம் - ரி$^2$; விளரி - த$^2$

நட்பின் பின்றை - க$^2$ அதாவது - ச ரி$^2$ க$^2$ ப த$^2$

இந்த சுரங்கள் இன்றைய மோகன ராகத்தைக் குறிப்பது.

''முல்லைத் தீம்பாணி என்றாள்... என்பதனால் சாதாரியும் கூறினார்...''[74]

என்பார் சிலம்பு பதிக உரையில் அடியார்க்கு நல்லார். எனவே (சாதாரி) முல்லைத் தீம்பாணி (முல்லைப்பாணி) என்று பண்டைய நூல்கள் குறிப்பிடுவது இன்றைய மோகனப் பண் ஆகும். இப்பண்ணின் ஏனைய பெயர்கள் :

முல்லைப்பாணி, முல்லையந்தீம்பாணி, முல்லைக்குழல் (முல்லையந்தீங்குழல்), சாதாரி, ஆயன்குழல், குரல்பாணி, குழல்பாணி, மாயோன்பாணி.[75]

## முல்லை - மேற்கோள் பட்டியல்

1. தொல்காப்பியம் அகத்திணை இயல் நூற்பா  - 5
2. தொல்காப்பியம் அகத்திணை இயல் நூற்பா  - 6
3. தொல்காப்பியம் அகத்திணை இயல் நூற்பா  - 5
4. தொல்காப்பியம் அகத்திணை இயல் நூற்பா  - 28
5. தொல்காப்பியம் அகத்திணை இயல் நூற்பா  - 5 இளம். உரை
6. தொல்காப்பியம் அகத்திணை இயல் நூற்பா  - 30 இளம். உரை
7. தொல்காப்பியம் அகத்திணை இயல் நூற்பா  - 5 நச்சர். உரை
8. தொல்காப்பியம் அகத்திணை இயல் நூற்பா  - 20 நச்சர், உரை
9. தொல்காப்பியம் அகத்திணை இயல் நூற்பா  - 18 இளம். உரை
10. முல்லைப்பாட்டு 93-96
11. சங்கமரபு பக். 239 - தமிழண்ணல்
12. குறுந்தொகை மூலமும் உரையும் பக். 47 (பாடல் 19ற்கான உரை) - உ.வே.சா.
13. சிறுபாணாற்றுப் படை 29 - 30

14. குறுந்தொகை 358 : 5 - 7

15. குறுந்தொகை 126 : 3 - 5

16. தொல். அகத். 5

17. மேலது நச்சர். உரை

18. குறுந். 188 : 1 -2

19. குறுந். 108 : 1 - 3

20. பெரும் பாண். 191

21. முல்லைப். 28

22. மதுரைக். 594

23. குறுந். பக். xxx - உ.வே.சா.

24. பெரும்பாண். 206

25. குறுந். 183 : 7

26. தொல். அகத். 6

27. தொல். அகத். 6 நச்சர் உரை

28. மேலது

29. குறுந். 126 : 3

30. குறுந். 162 : 1

31. The complete works of Kalidasa (Introduction to Megadutam) - translated by Chandra Rajan vol. 1 p. 36)

32. Ibid canto 1 (Summer) Verse 10

33. தொல். அகத். 6

34. குறுந். 162 : 2 - 3

35. தொல். அகத். - 6 நச்சர். உரை

36. தொல். அகத். 12 இளம். உரை

37. குறுந். 188

38. மேலது உரை உவேசா

39. குறுந். 32

40. அகநானூறு 71:9

41. முல்லைப்பாட்டு 6

42. குறள். 1227

43. குறள். 1228

44. Ibid canto1 verse 8

45. குறுந். xxx - உவேசா

46. தொல். அகத். 14 நச்சர். உரை

47. குறுந். 221

48. நற்றிணை 142:10-11

49. சிறுபாண். 169

50. கன்பியூசியசின் (நாலாம்) 'ஷி - கிங்' (Classic of Poetry) காப்பியப் பாடல் - இலக்கிய உதயம் பக். 112 - எஸ்.வையாபுரிப்பிள்ளை

51. முல்லைப்பாட்டு 95 - 98

52. பதிற். 55:7

52 அ. பெரும்பாண் 168

52 ஆ. சிலம்பு. 17

53. தொல். அகத். 5

54. நற். 32:1

54அ. மதுரைக். 591

55. பரிபாடல் 15:33

56. பரிபாடல் 3:1,10

56 அ சிலம்பு. 17 எடுத்துக்காட்டு

57. அகம். 59:6

60. பெரும். 191-193

60அ. பெரும். 195

61. குறுந். 221:3

62. பெரும்பாண். 158 - 165

63. திவாகரம். 297

64. திவாகரம். 298

65. கலித். 108:9

66. தொல். அகத். 18

67. ஐங். 408:1

68. தேவாரம் 1:63:7

69. பஞ்சமரபு 22

70. சிலப். 17:(13) அடியார்க். உரை

70 அ. தமிழிசைப் பேரகராதி பக். 474 - 475 நா. மம்மது

71. தொல். அகத். 18

72. சிலப். 17 : (17)

73. சிலப். ஆய்ச்சியர் குரவை கூத்துள் படுதல் - வெண்பா

74. சிலப். பதிகம் அடியார்க்கு நல்லார் உரை

75. பார்க்க பக். 417 தமிழிசைப் பேரகராதி - நா.மம்மது

# குறிஞ்சி

### குறிஞ்சி - திணை

மலையும், மலைசார்ந்த இடங்களுமான குறிஞ்சி நிலம், கூதிர் (ஐப்பசி, கார்த்திகை) முன்பனி (மார்கழி, தை) என்ற பருவ காலம், சிறு பொழுதான யாமம், உரிப்பொருளான புணர்தல், கருப்பொருள்கள், மக்கள் தொகுதி என்ற இச்சூழலின் உள்ளும் புறமுமான உறவின் ஊடாட்டமே குறிஞ்சித்திணை.

பிறவிலங்குகளிடமிருந்து தப்பிப் பிழைப்பதற்கான வசதி தரும் உயர்ந்த மரங்களும், குகைகளும், மலை வளங்களும் கொண்ட குறிஞ்சி நிலமே தமிழ் முன்னோர் தோன்றிய இடம். இந்நிலையில் இதுவே முதல் திணையாகும்.

இத்திணைச் சமூக வாழ்க்கை என்பது வேட்டையை முதன்மையாகக் கொண்ட வாழ்நிலை கொண்டது. அந்நிலையில் தலைவனும் தலைவியும் சந்தித்தல் (புணர்ச்சி) என்பதே அரிதானது. எனவே புணர்தல் இத்திணையின் உரிப் பொருளாகின்றது.

"நடுநாள் யாமத்தும் பகலும் துஞ்சான்

கடுமாப் பார்க்கும் கல்லா ஒருவற்கும்"[1] என்ற புறப்பாடல் வேட்டைச் சமூக வாழ்நிலையைக் காட்சிப் படுத்துகின்றது.

''முல்லை, குறிஞ்சி, மருதம், நெய்தல் எனச்

சொல்லியமுறையால் சொல்லவும் படுமே''[2]

''உம்மை எதிர் மறையாகலின், இம்முறையன்றிச் சொல்லவும் படுமென்பது பொருளாயிற்று. அது தொகைகளினுங் கீழ்க்கணக்குகளினும் இம்முறை மயங்கி வரக் கோத்தவாறு காண்க''[3] என்பார் நச்சர்.

குறுந்தொகைக் கடவுள் வாழ்த்தும், முதல் மூன்று பாடல்களும் குறிஞ்சித் திணையில் தொடக்கம் கொள்கின்றன.

எனவே முன்னொரு காலத்தில் குறிஞ்சி, முல்லை, மருதம், நெய்தல் எனச் சொல்லிய முதன்முறை ஒன்றும் இருந்திருக்க வாய்ப்பு மிகுதி. கலித்தொகையில் பாலைத் திணை முதலாவதாக வருகின்றது. அதன் வைப்பு முறை பாலை, குறிஞ்சி, மருதம், முல்லை, நெய்தல் என்று அமைகின்றது.

தனி உடமை பேணப்பட்ட மருதத்தில் கற்புக்காதல் பேசப்பட்டது. ஆனால் பொதுவுடமைச் சமூகமான குறிஞ்சியில் களவுக் காதலே இயல்பான ஒன்றாக இருந்துள்ளது. திணைப் பாடல்களில் அதுவே பாடப்படுகின்றது. இக்களவுக் காதல் 'குறிஞ்சி' எனவும் வழங்கியுள்ளது.

''புணர்தற் பொருட்டாகிய குறிஞ்சியை...''[4] என்பார் நச்சர்.

## குறிஞ்சி - மலர்

### குறி

குறி எனில் அடையாளம் (Sign). இனக்குழு வாழ்க்கையில் குலக்குறி (totem)யாக 'மலர்' இருந்துள்ளதை 'குறிஞ்சி' (குறி - குறிஞ்சி) அடையாளப்படுத்துகின்றது.

குறி என்பது 'இருக்கும் இடம்' என்பதையும் குறிக்கின்றது.

''நெய்தல் பரப்பி பாவை இடப்பி

நின்குறி வந்தனெ னியறேர்க் கொள்க''[5]

''நின்குறி வந்தனென் - நீ இருக்குமிடத்து வந்தேன்''[6]

''தொன்மங்கள், தொல் சமய நம்பிக்கைகள், சடங்குகள், சமூகவிதிகள் போன்றவற்றில் குறியீட்டுப் பரிமாற்றம், குறியீட்டுச் செயல் என்பவை இன்றியமையா இடம் வகிக்கின்றன என்பது மானிடவியலாளரின் முடிவு''[7]

''முல்லை, குறிஞ்சி என்பன இடுகுறியோ, காரணக்குறியோ எனின், ஏகதேச காரணம் பற்றி முதல் நூலாசிரியர் இட்டதொரு குறி'' - தொல். அகத். 5 பூரணர்.

இக்குறி என்ற வேர்ச்சொல்லே குறிஞ்சித் திணையின் பல்வேறு சொற்களுக்கு அடியாக உள்ளது.

குறம், குறவன், குறத்தி, குறவஞ்சி, குறிஞ்சி, குறிச்சி, குறிப்பு முதலியன இவ்வாறான சொற்கள்.

**மலைகளும் குறிஞ்சியும்**

''மதுரை மாவட்டத்திலுள்ள மலைப்பகுதிகளில் 15 அடி உயரம் வரை வளரும் கருங்குறிஞ்சியையும், 12 அடி உயரம் வளரும் சோலைக் குறிஞ்சி அல்லது நெடுங்குறிஞ்சியையும், 8 அடி வரை வளரும் வெள்ளைக் குறிஞ்சியையும், 6 அடிவரை வளரும் கணுக் குறிஞ்சியையும், 2 அடி வரை வளரும் கொடிக் குறிஞ்சியையும் ஏராளமாகப் பார்க்கலாம். இம்மலைக்கு அழகே இங்கு வளரும் குறிஞ்சிகள்தாம். பழங்குடிகள் வாழ்வோடு இணைந்தவை இவை.

குறிஞ்சி பெரும்பாலும் கடல் மட்டத்திற்கு மேல் 1000 அடியிலிருந்து 2000 அடிவரை உயரமுள்ள மலைச் சரிவுகளில் இயற்கைத் தாவரமாக மண்டிக்கிடப்பதைக் காண முடியும்.

சாதாரணமாக போதைப் புல் வளரும் பகுதிக்குக் கீழே குறிஞ்சிச் செடிகள் வளரும்.

குறிஞ்சித் தழையை குதிரைக்கு உணவாகக் கொடுக்கின்றனர். ஆடு மாடுகளும் விரும்பி உண்ணும். பூவெடுத்த பின் குறிஞ்சி பட்டுவிடும். அதனை மக்கள் விறாகாகப் பயன்படுத்துவார்கள்.

தமிழகத்தின் மலைவாழ் பழங்குடிகள் தங்கள் மலைகளைக் குறிஞ்சி மலை நாடு என்பார்கள். மிகவும் விரும்பிப் பாடும் பாடல்களைக் 'குறிஞ்சிப் பாட்டு' என்கிறார்கள். அவர்கள் அதிகமாக விரும்பும் தாளம் குறிஞ்சித் தாளமாகும் இதனை அவர்கள் குழலில் ஊதி ஆடிப் பாடுவார்கள்'' (அன்னகாமு 1961: 9 - 11)

## குறிஞ்சி

''குறிஞ்சி என்பது ஒரு மலரின் பெயர்; மலைப் பகுதியில் மிகுதியும் பூப்பது. இம்மலர் திணைப்பாடல்களில் களவுக் காதலின் அடையாளமாக ஆகியுள்ளது. பல இடங்களில் இம்மலர் 'கருங் கோல் குறிஞ்சி' என்ற அடையொடு தோன்றுகிறது. எனவே குறிஞ்சி எனும் சொல், தொடக்கத்தில் ஒருவகை மலரையே குறித்ததெனத் தெளிவாகிறது. இம்மலர்கள் மலைப்பகுதிகளில் மிகுதியாகக் காணப்படுகின்றன. இது 'கார் மலர் குறிஞ்சி' எனவும் கூறப்பெறும். ஏனெனில் குறிஞ்சி மொட்டுகள் மழைப் பருவத்தில் மலர்கின்றன; மலைச் சாரல் முழுமையும் குறிஞ்சிப் பூக்களாலாகிய மேலாடையை அணிந்திருப்பது போலத் தோன்றும். இம்மலரே மலைப் பகுதியின் குறிக்கத்தக்க தாவரமாதலின் மலையும், மலை சார்ந்த பகுதியும் 'குறிஞ்சி' என வழங்கப்பெற்றது.

மலையைக் குறித்த, மலைக் கடவுளாகிய முருகு (முருகனைக்) குறித்த பாடல்களும் குறிஞ்சி எனப் பெற்றன. குறிப்பிட்ட ஒரு பண்ணும் குறிஞ்சி எனப்படும். குறிஞ்சித் திணைக்கண் களவுக் காதலே

பேசப்படுதலின் களவுக் காதலைக் குறிக்கவும் இச்சொல் வழங்கிற்று"[8]

குறிஞ்சி மலரின் கருமையான தண்டினைக் குறிப்பிடும் பொருட்டு 'கருங்கோல் குறிஞ்சி' என்று அடிக்கடி சுட்டப்படுகின்றது.

"கருங்கால் குறிஞ்சி சான்ற வெற்பணிந்து"[9]

"கருங்கோல் குறிஞ்சி அடுக்கம்பாட"[10]

"குறிஞ்சிப் பூக்கள் அல்லாமல் 'காந்தள்' மலர்களும் மலைப் பகுதிக்கு உரிமை உடையன"[11]

"கடவுள் காந்தள்..."[12]

"... அலங்கு குலைக்காந்தள் நறுந்தாது..."[13]

"செங்களம் படக்கொன் றவுணர்த் தேய்த்த

செங்கோ லம்பிற் செங்கோட்டி யானைக்

கழறொடிச் சேஎய் குன்றம்

குருதிப்பூவின் குலைக் காந்தட்டே"[14]

குறிஞ்சித்திணையில் 'காந்தள் மலர்' பெறும் முதன்மையும் சான்றோரால் பதிவு செய்யப்பட்டுள்ளது.

"குறிஞ்சிக்கு... பூ காந்தளும் வேங்கையும்"[15] என குறிஞ்சி மலரையே கூறாது விட்டிருக்கின்றார் நச்சர்.

"குறிஞ்சிக்கு... பூ வேங்கையும் காந்தட் பூவும், குறிஞ்சிப் பூவும்"[16] என பூரணர் காந்தள் மலருக்கு அடுத்தே குறிஞ்சிப் பூவைக் கூறுகின்றார். மேலும் வேங்கைப் பூவுக்கு முதன்மை தருகின்றார்.

"ஒண்செங் காந்தள், ஆம்பல், அனிச்சம்

தண் கயக்குவளை, குறிஞ்சி, வெட்சி"[17]

என்றே குறிஞ்சிக் கபிலரும் குறிஞ்சிப் பாட்டைப் பாடுகின்றார்.

குறிஞ்சி நில மலர்களாவன : குறிஞ்சி, காந்தள், வேங்கை, குவளை, இலவம், கோங்கு, அகில், ஏலம், கறி, வேய்.

## அடிக்கடி பூக்கிறது குறிஞ்சி மலர்!

நீல வானம், நீல மலைத்தொடர், நீல நிறப் பூக்கள் என கடந்த சில நாட்களாக நீலகிரி மலையே நீல மயமாக காட்சியளிக்கிறது. இதற்கு முக்கிய காரணம் நீலகிரி மலையின் பல்வேறு பகுதிகளிலும் பூத்துள்ள நீலக்குறிஞ்சி மலர்களேயாகும்.

குறிஞ்சி மலர்கள் பொதுவாக நீல நிறத்தில் தான் இருக்குமென்றாலும் வேறு பல நிறங்களிலும் குறிஞ்சி மலர்கள் காணப்படுகின்றன. நீல நிறத்தாலானவை நீலக்குறிஞ்சி எனவும், வெண்மை நிறத்தாலானவை வெள்ளைக்குறிஞ்சி எனவும், மற்றொரு நிறம் செங்குறிஞ்சி எனவும் அழைக்கப்படுகின்றன.

குறிஞ்சி மலர்களைக் குறித்து ஆய்வு செய்தவரும், ஓய்வு பெற்ற தோட்டக்கலைத்துறை இயக்குநருமான டாக்டர் வி.ராம்சுந்தர் நம்மிடம் பகிர்ந்து கொண்ட தகவல்களாவன :

"குறிஞ்சி அல்லது நீலக்குறிஞ்சி என அழைக்கப்படும் இம்மலர்கள் தாவரவியலில் ஸ்டிரொபிலான்தஸ் குந்தியானஸ் என அழைக்கப்படுகின்றன. அகாந்தாசியே என்ற தாவரவியல் குடும்பத்தைச் சேர்ந்த இம்மலர்கள் மேற்குத் தொடர்ச்சி மலைப்பகுதியின் உயரமான மலைப்பகுதிகளான நீலகிரி, கொடைக்கானல், ஏற்காடு மற்றும் கேரள மாநிலத்தின் இடுக்கி போன்ற பகுதிகளிலேயே காணப்படுகின்றது. குறிஞ்சி மலர்கள் 12 ஆண்டுகளுக்கொருமுறையே பூப்பவை என்றாலும் இதிலுள்ள பல்வேறு ரகங்கள் உலக வெப்பமயமாதலின் காரணமாகவும், பருவநிலை மாற்றத்தின் காரணமாகவும் இப்போதெல்லாம் அடிக்கடி பூக்கின்றன. இதற்கு 5 ஆண்டுகளுக்கு முன்பு நீலகிரி பகுதியில் குறிஞ்சி மலர் பூத்தது.

இம்மலர்கள் பூக்கும்போது அந்த பரப்பளவு முழுவதும் ஒட்டுமொத்தமாக பூப்பதால் இந்த மலைக்கு நீலகிரி என பெயர் வர இதுவும் ஒரு காரணமாக இருக்குமென கூறப்படுகிறது. கிரி என்றால் மலையாகும்.நீல நிறத்தினாலான மலையே நீலகிரி என அழைக்கப்பட்டதாகவும் கூறப்படுகிறது.

நீலகிரி மலையில் வசிக்கும் தோடரினப் பழங்குடியினர் தங்களது வயதைக் குறிஞ்சி மலர்கள் பூக்கும் காலத்தை வைத்து கணக்கிட்டதாக ஆய்வுகள் கூறுகின்றன.

ஒருவர் தனது வாழ்நாளில் எத்தனை முறை குறிஞ்சி மலர்கள் பூத்துள்ளதைக் கண்டுள்ளாரோ, அதற்கேற்றாற்போலவே அவரது வயதும் கணக்கிடப்படும். அவர் தனது வாழ்நாளில் 5 முறை குறிஞ்சி மலர் பூத்துள்ளதைக் கண்டிருப்பாரானால் அவருக்கு 60 வயதிற்கு மேலிருக்கும் என்பது கணக்காகும்.

பிரபல தாவரவியல் ஆராய்சியாளர்களான நீஸ் மற்றும் ஆண்டர்சன் ஆகியோரால் 19 ஆம் நூற்றாண்டில் கண்டறியப்பட்டதுதான் குறிஞ்சி மலர்களாகும். குறிஞ்சி மலர்கள் சர்வதேச அளவில் 250 ரகங்களிலானவை. இவற்றில் 45 ரகங்கள் இந்தியாவில் காணப்படுகின்றன. அதில் 36 ரகங்கள் நீலகிரி மலையில் உள்ளன. சில ரகங்கள் அழியும் தறுவாயிலும், அழிவின் பிடியிலும் உள்ளதால் அவற்றைப் பாதுகாக்க தற்போது குறிஞ்சி மலர்களுக்கான டிஎன்ஏ வங்கியும் உருவாக்கப்பட்டுள்ளது.

இதைத் தவிர, 12 வருடங்களுக்கொருமுறை பூக்கும் குறிஞ்சி மலர்கள் ஒரே நேரத்தில் எவ்வாறு ஒரு மலைப்பகுதி முழுக்க பூக்கின்றன என்பதைக் குறித்த ஆய்வும் நடத்தப்பட்டு வருகிறது. காட்டுக்கோழிகளுக்கு மிகவும் பிடித்தமான குறிஞ்சி மலர் விதைகள் அக்கோழிகளாலேயே அதிகளவில் பரப்பப்படுவதாலேயே மலைப்பகுதி முழுக்க இவ்விதைகள் பரவி குறிஞ்சி செடிகள்

முளைப்பதாகவும் கூறப்படுகிறது. அதே நேரத்தில் வனப் பகுதிகளையொட்டியுள்ள பகுதியில் தோட்டங்கள் விரிவாக்கத்திற்காக குறிஞ்சி மலர் செடிகள் அழிக்கப்படுவதாகவும் கூறப்படுகிறது. எனவே, சார்லஸ் டார்வினின் கோட்பாட்டின்படி நிலைத்திருப்பதற்கான போராட்டத்திலேயே குறிஞ்சி செடிகள் இருக்கின்றன'' என்கிறார் ராம்சுந்தர்.

- ஏ.பேட்ரிக்

நன்றி : தினமணி கதிர், 23-10-2016

## குறிஞ்சி - நிலம்

மலையும் மலைசார்ந்த இடங்களும் குறிஞ்சிநிலம். ''மிகச்சில பாடல்களில் நில வருணனையும் பருவங்களும், பாடல்களின் மையக்கருத்துக்கு இன்றியமையாதன இல்லையெனினும் புலவர்களால் குறிக்கப் பெறுகின்றன''[18]

சிறுகுடி, பாக்கம், குறிச்சி, சீறூர் முதலியன குறிஞ்சியின் சில ஊர்களாகும் (தூத்துக்குடி, இடுக்கன்குடி) மருவூர்ப்பாக்கம் என்ற நெய்தல் நில ஊர்களும், தஞ்சா ஊர், பாட்டக் குறிச்சி என்று மருத நில ஊர்களும் பெற்ற பெயர்கள் முந்தைய குறிஞ்சி நில ஊர்ப் பெயர்களாய் இன்றும் விளங்குகின்றன.

கோடைகாலத்தில் வறட்சி ஏற்பட்டு குறிஞ்சி நிலம் பாலையாகத் திரிகின்றது. எனவே 'சுரம்' என்பது குறிஞ்சிக்கும் பாலைக்கும் பொதுவானதாக உள்ளது.

தலைவன் வரும்போது, குறிஞ்சி நிலத்தில் ஏற்படும் வழித்துன்பங்களை கபிலர் தம் குறிஞ்சிப் பாட்டில் கீழ்கண்டவாறு குறிப்பிடுகின்றார்:

''அளைச் செறி உழுவையும், ஆளியும் உளியமும்

புழற்கோட்டு ஆமான் புகல்வியும், களிறும்

வலியின்தப்பும் வன்கண் வெஞ்சினத்து

உருமும், சூரும் இரைதேர் அரவமும்

ஒடுங்கு இருங் குட்டத்து அருஞ்சுழி வழங்கும்

கொடுந்தாள் முதலையும், இடங்கரும், கராமும்

நூழிலும், இழுக்கும், ஊழ் அடி முட்டமும்

பழுதவும் பாந்தளும் உளப்படப் பிறவும்''[18அ]

## குறிஞ்சி - பெரும் பொழுது

கூதிர்காலமும், முன் பனிக்காலமும் குறிஞ்சிக்கான பருவகாலங்கள்.

''குறிஞ்சி, கூதிர் யாமமென் மனார் புலவர்''[19]

''இனிக்குறிஞ்சியாவது புணர்தற் பொருட்டு. அஃது இயற்கைப் புணர்ச்சி முதலியனவாம். இயற்கைப் புணர்ச்சி நிகழ்ந்த பின் களவு நீட்டிப்பக் கருதுந் தலைவற்குக் களவினைச் சிறப்பிக் குங்கால், தலைவி அரியளாக வேண்டுமாகவே அவ்வருமையை ஆக்குவது ஐப்பசியும், கார்த்திகையுமாகிய கூதிரும் அதன் இடையாமமுமென்பது. என்னை? இருந்தூங்கித் துளி மிகுதலில் சேறல் அரிதலானும், பானாட் கங்குலில் பரந்துடன் வழங்காது மாவும், புள்ளும் துணையுடன் இன்புற்று வதிதலில் காமக்குறிப்புக் கழியவே பெருமுதலானும், காவன் மிகுதி நோக்காது வரும் தலைவனைக் குறிக்கண் எதிர்ப்பட்டுப் புணருங்கால் இன்பம் பெருகுதலின், இந்நிலத்திற்குக் கூதிர்காலம் சிறந்ததெனப்படும்''[20]

''பனி எதிர்பருவமும் உரிந்தெனமொழிய''[21]

''எதிர்தல் என்பது முன்னாதல்; எனவே முன்பனியாயிற்று...

பனி யடூஉ நின்ற பானாட் கங்குல்
தமியோர் மதுகை தூக்காய் தண்ணென
முனிய அலைத்தி முரணில் காலை[22]
எனமுன் பனியால் யாமம் குறிஞ்சிக்கண் வந்தது''[23]

இயற்கையின் செயல்பாடுகளான ஞாயிற்றின் செலவு, பூக்கள் மலரும் காலம் போன்றவை மூலம் பருவ காலங்களை பண்டை மக்கள் அறிந்து கொண்டனர்.

''செறி இலைக்காயா அஞ்ஞனம் மலர
முறி இணர்க் கொன்றை நன் பொன் காலக்
கோடல் குவி முகை அங்கை அவிழத்
தோடு ஆர் தோன்றி குருதி பூப்ப''[24]

## குறிஞ்சி - சிறுபொழுது - யாமம்

இடையாமம் என்றும் இடை இரவு என்றும், (நள்ளென்) யாமம் என்றும் குறிஞ்சியின் சிறுபொழுது பெயர் பெறுகின்றது. ''பானாள் கொண்ட கங்குல் இடையது''[24அ]

''... குறிஞ்சி கூதிர் யாமம் என் மனார் புலவர்''[25]

''... சிறு பொழுதினுள் அதன் இடையாமமும் குறிஞ்சி எனப்படும் என்றவாறு'' என்பார் நச்சர்.[26]

''இடை இரவாகிய இது செறிந்த இருளுடையாதலின் நள்ளென் யாமம் என்று வழங்கப் பெறும். பலரும் துயில்கின்ற இக்காலத்தில் தலைவரைப் பிரிந்த தலைவியர் அன்றிலின் குரலையும், ஆனேற்றின் மணி ஓசையையும் கேட்டுத் துயிலாது வருந்தி இருப்பர். பிற ஒலிகள் அடங்கி இருத்தலின் கடலின் முழக்கம் மிக்குத் தோற்றும். ஊர்க்

காவலர் இக்காலத்தில் தம்முடைய காவற் தொழிலை மிக்க கருத்தோடு செய்வர். அவரை யாமங் காவலர் என்பர். நாழிகைக் கணக்கர் துயிலாது விழித்திருந்து யாமக் கணக்கை ஆராய்வர். நொச்சி மலர் உதிரும் காலம் இந்த யாமம் என்று தெரிகின்றது''[27]

## குறிஞ்சி - உரிப்பொருள் - புணர்தல்

சந்தித்தல், இணை சேருதல், பொருந்துதல், கூடுதல் என்ற பொருள் கொண்டது புணர்தல் என்ற சொல்.

''புணர்தல், பிரிதல், இருத்தல், இரங்கல்

ஊடல் இவற்றின் நிமித்தம் என்றிவை

தேருங்காலைத் திணைக்குரிப் பொருளே''[28]

''புணர்தலும், புணர்தல் நிமித்தமும் 'தேருங்காலை' என்றதனால் குறிஞ்சிக்குப் புணர்ச்சியும்... அவ்வந் நிமித் தங்களும் உரியவென்று ஆராய்ந்துணர்க. ....அகப்பொருளாவது புணர்ச்சியாகலானும் அஃது இருவர்க்கும் ஒப்ப நிகழ்தலானும் புணர்ச்சியை முற்கூறிப், புணர்ந்துழியல்லது பிரிவின்னமயானும்...''[29]

''புணர்தல் இன்றி இல்லறம் நிகழாமையின் புணர்தற் பொருட்டாகிய குறிஞ்சியை...'' என்பார் நச்சர்.[30]

நிமித்தம் = காரணம் (cause; motive; occasion)

- கெட்டிக் காரணம் (efficient cause)

- சகுணம் (omen)

- அடையாளம் (mark, sign, spot, token)[31]

''நான்கு நிலத்தும் புணர்ச்சி நிகழுமேனும் முற்பட்ட புணர்ச்சியே புணர்தற் சிறப்புடைமையின் குறிஞ்சியென்று அதனை முற்கூறினார்''[32]

''இனிக்குறிஞ்சியாவது புணர்தற் பொருட்டு. அஃது இயற்கைப் புணர்ச்சி முதலியனவாம்''[33]

''... கேண் மின் சிறந்தது;

காதற் காமம் காமத்துச் சிறந்தது''[34]

''தலைவனோடு இருந்து இன்புறுதற்குரியவை கூதிராகிய பெரும் பொழுதும், யாமமாகிய சிறுபொழுதும்; இவை குறிஞ்சி ஒழுக்கத்துக்குரியன''[35]

''யாமம் கொளவரின் கனைஇ, காமம்

கடலினும் உரைஇ, கரை பொழியும்மே'' என்று அகம்பாடும்.[36]

**குறிஞ்சி - உணவு :**

தொடக்க காலத்தில் வேட்டையில் கிடைத்த, பறவைகள் மற்றும் விலங்குகளின் ஊன், இயற்கையில் கிடைக்கும் கீரை, தண்டு, பழங்கள், கிழங்குகள், வேர் முதலியன குறிஞ்சி நிலமக்களின் உணவாக இருந்துள்ளது. பின்னர் குறிஞ்சி நில மக்களின் உணவு - தினை (ஏனல்), ஐவனம் (மலைநெல்), செந்நெல், வெதிர் நெல், தேன், தோரை (மூங்கில் அரிசி), இரடி, வேரல், கிழங்கு முதலியன. பிற உணவுப் பொருளும் மணப் பொருளுமான இஞ்சி, மஞ்சள், கறி.

''கொய்பதம் உற்றன குலவுக்குரல் ஏனல்''[37]

''வாலிதின் விளைந்த ஐவன வெண்ணெல்''[38]

''குறுங்கதிர்த் தோரை நெடுங்கால் ஐயவி

ஐவன வெண்ணெலொடு அரில் கொள்பு நீடி

இஞ்சி, மஞ்சள், பைங்கறிபிறவும்''[39]

''முடங்கு புரச் செந்நெல்''[40]

''வாராது அட்ட வாடு ஊன் புழுக்கல்''[41]

''தொகுவாய் வேலித் தொடர் வலைமாட்டி......
நெடுஞ்செவிக் குறுமுயல் போக்கு அறவளைஇ''[42]

''வீழ்முகக்கேழல் அட்ட பூசல்''[43]

''தேனினர், கிழங்கினர் ஊன் ஆர் வட்டியர்''[44]

''பரூ உக்குறை பொழிந்த நெய்க்கண் வேவையொடு
குரூ உக்கண் இறடிப் பொம்மல் பெறுகுவிர்''[45]

''அருவிதந்த பழஞ்சிதை வெண்காழ்
வருவிசை தவிர்த்த கடமான் கொழுங்குறை
முளவுமாத் தொலைச்சிய பைந்நிணப் பிளவை
பிணவுநாய் முடுக்கிய தடியொடு விரைஇ
வெண்புடைக் கொண்ட துய்த்தலைப் பழனி
இன்புளிக் கலந்து மாமோ ராகக்
கழைவளர் நெல்லின் அரிஉலை ஊழ்த்து
வழை அமை சாரல் கமழத் துழைஇ
நறுமலர் அணிந்த நாறுஇரு முச்சிக்
குறமகள் ஆக்கிய வால் அவிழ்வல்சி''[46]

## குறிஞ்சி - தெய்வம் - முருகு

குறிஞ்சித் தெய்வம் முருகன்; சூர் அரமகளிரும், மலை அர மகளிரும், வான்அரமகளிரும் குறிஞ்சித் திணையில் இடம் பெறுகின்றனர்.

''வரை அர மகளிர் இருக்கை காணினும்''[47]

''அருவிநுகரும் வான் அர மகளிர்''[48]

"நீல்நிற விசும்பில் அமர்ந்தனர் ஆடும்

வானவ மகளிர் மான கண்டோர்"[49]

### கந்து - கந்துடைநிலை

தெய்வத்தின் அடையாளமாக 'கல்தறி'யை ஊர் மன்றத்திலும், மக்கள் கூடும் மரத்தின் அடியிலும், பொதியில்லிலும் (பொது இல்) நட்டு ஆடிப்பாடி வணங்கும் மரபு, கந்துடை நிலை எனப்பட்டது.

"மலர் அணி மெழுக்கம் ஏறிப் பலர்தொழ

வம்பலர் சேக்கும் கந்துடைப் பொதியில்"[50]

"சதுக்கமும் சந்தியும் புதுப்பூங்கடம்பும்

மன்றமும் பொதியிலும் கந்துடை நிலையினும்"[51]

மரங்களில் தெய்வங்கள் உறைவதாக நம்புவது தமிழர் மரபு. கடம்பமரத்தில் முருகன் உறைவதாக நம்புவதால் முருகன், கடம்பன் என்றழைக்கப்பட்டான்.

"மன்ற மரா அத்த பே எமுதிர் கடவுள்"[52] என்பது 'மராத்துக்கடவுள்' என நிற்கும்.[53]

"கடம்பமர் செல்வன் கடிநகர் பேண"[54]

### முருகு

குறிஞ்சித் தெய்வம் 'முருகு' என்றே தொடக்கத்தில் பெயர் பெற்றுள்ளது. குறிஞ்சி நிலத்தின் அழகெல்லாம் 'முருகு' ஆனது.

"முருகு உறழப் பகைத்தலைச் சென்று"[55]

"முருகு புணர்ந்து இயன்ற வள்ளி போல"[56]

### செய்யோன் (சேயோன்)

தொடக்க காலத்து, குறிஞ்சி நிலத்து மக்கள் தங்களுக்கு வெளிச்சமும், மலை வளமும், குளிரில் வெம்மையும் தரும்

ஞாயிற்றைத் தெய்வமாக வணங்கியுள்ளனர். எனவே அத்தெய்வம் சிவந்தவனாகப் போற்றப்பட்டான்.

''செய்யன் சிவந்த ஆடையன் செவ்வரை''[57]

''செஞ்சுடர் நெடுவேல்''[58]

''தாமரை புரையும் காமர் சேவடிப்

பவழத்தன்னை மேனித் திகழொளிக்

குன்றியேய்க்கு முடுக்கை குன்றின்

நெஞ்சுபக வெறிந்த செஞ்சுடர் நெடுவேற்

சேவலந் கொடியோன் காப்ப

ஏம வைக லெய்தின்றாலுலகே''[59] என அனைத்தும் சிவப்பு; எனவே குருதிப்பூ என்ற சிவந்த (செங்) காந்தள் முருகனுக்கு உரிய மலராகியுள்ளது.

''செங்களம் படக் கொன் றவுணர்த் தேய்த்த

செந்கோ லம்பிற் செங்கோட்டி யானைக்

கழறொடிச் சேஎய்குன்றம்

குருதிப் பூவின் குலைக் காந்தட்டே''[60] என

யாவும் சிவந்த நிறம். ''சேயோன் மேய மைவரை உலகமும்''[61]

''முருகவேள் மேவிய மைவரை உலகமும்''[62]

**வேலன் வெறியாட்டு**

''இனிக் குறிஞ்சி நிலத்துக் குறவர் முதலியோர் குழீஇ வெறியயர்தற்கு வேண்டும் பொருள் கொண்டு வெறி யயர் பவாகலின், ஆண்டு முருகன் வெளிப்படுமென்றார்''[63]

'வேலன் வெறியாட்டு' என்பது 'முருகு' என்றே அழைக்கப்பட்டுள்ளது.

''அன்னை அயரும் முருகு''[64]

முருகனுக்குரிய சிவந்த 'காந்தள்' மலர்ப்பெயரை, வெறியாட்டு பெற்றுள்ளது.

''வெறியறி சிறப்பின் வெவ்வாய் வேலன்

வெறியாட்டு அயர்ந்த காந்தளும்''[65]

(காந்தள் - மகளிர் நிகழ்த்தும் வெறியாட்டு)

''அருங்கடி வேலன் முருகொடு வணங்கி''[66]

என வெறியாட்டில் முருகு என்ற அணங்குடனேயே வேலன் தொடர்பு கொண்டிருக்கிறான்.

வேலன் வெறியாட்டு நிகழ்வை (களம் அமைத்தலை) திருமுருகாற்றுப் படை பழமுதிர் சோலையில் (218 - 248) மிக விரிவாகவே நக்கீரர் காட்சிப் படுத்தியுள்ளார்.

முருகு ஆற்றுப்படுத்த (244) முருகு இயம் (243) முழக்கி, குறிஞ்சி (239)ப் பண் பாடப்படுகின்றது.

தலைவிக்கு நேர்ந்த நோய் முருகணங்கால் வந்தது அன்று எனத்தோழி முருகனிடமே சொல்வது போன்ற நற்றிணைப் பாடல் (34) மிக்க நகை உணர்வுடன் கூடியது :

''மார்புதர வந்த படர்மலி அருநோய்

நின் அணங்கு அன்மை அறிந்தும், அண்ணாந்து

கார் நறுங்கடம்பின் கண்ணி சூடி

வேலன் வேண்ட வெறிமனை வந்தோய்!

கடவுள் ஆயினும் ஆக;

மடவை மன்ற, வாழிய முருகே!''[67]

எகிப்தியப் பழம்பாடல் ஒன்று காட்டும் காட்சி:

"... வைத்தியர் நாடியை ஓர் வரே

நோயின் காரணம் காண்கிலர்...

துன்னி நின்ற வயித்தியர் தங்களைச்

சூழுங்கண்ணால் நகை செய்து நிற்பளே..."[70]

## குறிஞ்சிக்கிழவன்

குறிஞ்சித் தலைவனாகவே முருகன் காட்டப் படுகிறான்.

"விண்பொரு நெடுவரைக் குறிஞ்சிக்கிழவ!

... அரும்பெறல் மரபின் பெரும் பெயர் முருக!"[68]

என்று தொடக்ககால முருகனைக் காட்டிய நக்கீரர், பின்னாளைய முருகனையும் காட்சிப் படுத்தியுள்ளார் :

"நெடும் பெருஞ் சிமையத்து நீலப் பைஞ்சுனை

ஐவருள் ஒருவன் அங்கை ஏற்ப

அறுவர் பயந்த ஆறு அமர் செல்வ

ஆல்கெழு கடவுட் புதல்வ! மால்வரை

மலை மகள் மகனே! மாற்றோர் கூற்றே

வெற்றிவேல் போர்க் கொற்றவை சிறுவ!

இழை அணி சிறப்பின் பழையோள் குழவி!

... மங்கையர் கணவ!"[69]

## குறிஞ்சிப் பண் - குறிஞ்சி - படுமலைப் பாலை - நடபயிரவி

அமைதியின் உறைவிடமான குறிஞ்சித் திணையின் மலையும் மலை சார்ந்த இடங்களில் புள்ளி மான்கள் மட்டுமல்ல; கொடூரமான

விலங்குகளும் உண்டு. அக்கொடிய காட்டு விலங்குகளிடமிருந்து தப்பிப் பிழைப்பதற்கு குரங்குகளுக்கும், குரங்குகளிடமிருந்து உருவான மானிடர்க்கும் மலையும் மலைசார்ந்த நிலமான குறிஞ்சியின் உயரமான மரங்கள் வசதியாக இருந்தன. குளிர், பனி, மழை, வெயில் இவற்றிடமிருந்து பாதுகாப்பளிக்க மலைக்குகைகள் விலங்குகளுக்கும், மானிடர்க்கும் இயற்கை அளித்த கொடையாக அமைந்திருந்தன. விலங்குகள், பறவைகள், பழங்கள், கிழங்குகள், நீர்வளம், பயிர்வளம் என பல் வகை வளங்களும் குறிஞ்சி நிலத்தில் மிக எளிதாகக் கிடைத்துள்ளன. எனவே மானிடர் உருவாவதற்கு குறிஞ்சி நிலம் ஏற்றதொரு வாய்ப்பாய் அமைந்திருந்தது.

விலங்குகளிடமிருந்து உருவான மானிடரும் விலங்குகளைப் போல குடும்பமாய், குழுவாய்த் தொன்மைக் காலத்தில் வாழத் தொடங்கினர். இதுவே இயல்பும் கூட.

''வனத்தில் மேய்ந்து, இனத்தில் அடைந்து'' என்பது மேற்கண்ட செய்தியை உணர்த்தும் தமிழர் தம் பழமொழி. **சடங்குப் பண்**

இனக்குழுவாய் வாழத்தலைப்பட்ட மானிடரைத் தலைமை தாங்கி வழி நடத்த ஓர் இனக் குழுத் தலைவன் உருவாகின்றான். அவன் இனக் குழுவுக்குப் பாதுகாப்பு அளிக்கும் போர் மறவன் மட்டுமல்ல, அவனே மருத்துவனாகவும் விளங்கியுள்ளான். இயற்கையின் சீற்றங்களையும், நோயின் கொடுமையையும் ஆற்றுப்படுத்த அணங்குகளையும், தெய்வங்களையும் வாழ்த்தி ஆடிப்பாடும் பூசாரியாகவும், பூசாரிணியாகவும் அவனே / அவளே பாத்திரம் ஏற்றிருந்தனர்.

தேவராட்டி, தேவராளன், முதுவாய்ப் பெண்டிர், வேலன், வேலத்தி, முருகன், சாலினி, கட்டுவிச்சி, அகவன் மகள், முதியாள், படிமத்தாள், படிமத்தான், மூதறிவாட்டி, கணி, கணிக்காரிகை, புலைத்தி, புலையன் என்றெல்லாம் நம் செம்மொழி இலக்கியங்கள் இப்பேரறிவாளர்களைப் பதிவு செய்துள்ளன. இவர்களிடம் தோன்றியதே ஆதிப்பாடலான சடங்குப் பாடல். இத்தகைய இனக்குழுச்

சமூகமானது சடங்குகள் நிறைந்த சடங்குச் சமூகமாகவே தொடக்கத்தில் வாழத் தொடங்கியிருந்தது.

இனக்குழுவைச் சேர்ந்த பூசாரிணியான தேவராட்டியையும், வேலனையும், காடு பலியூட்ட வெறியாட்டு நிகழ்த்த இனக்குழு மக்கள் வேண்டுகின்ற செய்திகளை நம் தமிழ் இலக்கியங்களில் பார்க்க முடிகின்றது.

''காடு பலி மகிழ்வூட்டத் தலைமரபின் வழிவந்த தேவராட்டிதனை அழைமின்''[71] என்று இப்பழமுறையைச் சேக்கிழார் பதிவு செய்கின்றார்.

''வேலனார் வந்து வெறியாடும் வெங்களத்து'' என சிலம்பு வேலனையும், அவன் நிகழ்த்தும் வெறியாட்டையும் காட்சிப்படுத்துகின்றது.

இவ்வெறியாட்டு நிகழ்த்தும் பொழுது குறிஞ்சிப் பண் பாடுகின்றனர். இச்செய்தியை,

''நறும்புகை எடுத்துக் குறிஞ்சி பாடி''[72] என்று ஆறாம் படைவீடான 'பழமுதிர் சோலை'யைப் பாடும்போது நக்கீரர் தம் திருமுருகாற்றுப் படையில் குறிப்பிடுகின்றார். பண்டைக் காலத்திலிருந்தே, வேட்டைச் சமூகமாகவும், சடங்குச் சமூகமாகவும் வாழத் தலைப்பட்ட தொன்மைத் தமிழ்க்குடி, தம் சடங்குப் பாடலை குறிஞ்சிப் பண்ணில் பாடியுள்ளதன் மூலம், நம் இசையும், இப்பண்ணும் எவ்வளவு தொன்மையுடையன என்பதை நாம் அறியலாம்.

**மக்கள் பண்**

குறிஞ்சி நில மகளிர் குறத்தியர். இத்தகைய எளிய மக்கள் 'குறிஞ்சிப் பண்' பாடியுள்ளனர்.

''குறிஞ்சிபாடுமின் நரம்புகை எடுமின்''[73] என்று குன்றக் குறவர்களை வேண்டிக் கொண்ட செய்தியை இளங்கோ அடிகள் காட்டுகின்றார்.

"குற மாதர்கள் பண் குறிஞ்சிப் பாவொலிபாடி"[74] என குறமாதர் இப்பண்பாடியதைப் பெரியாழ்வார் குறிப்பிடுகின்றார்.

குறிஞ்சி நில மக்களை 'கானவர்' என்று அழைத்துள்ளனர். அக்கானவரின் தங்கையான 'கொடிச்சி' நிறையவே நம் இலக்கியங்களில் பேசப்படுகின்றாள்.

"வல்வில் கானவர் தங்கைப்

பெருந்தோள் கொடிச்சி..."[75]

"கானவர் தங்கை... கொடிச்சி..."[76]

இக்கொடிச்சி என்ற எளிய பெண் 'குறிஞ்சிப்பண்' பாடியுள்ளதை நம் இலக்கியங்கள் பதிவு செய்துள்ளன.

"கொடிச்சி பெருவரை மருங்கில் குறிஞ்சிபாட"[77]

"கொடிச்சியர் எடுத்த இன்குறிஞ்சி"[78]

### விறலியர் / பாணர் பண் :

சடங்குச் சமூகத்தின் சடங்குப் பாடகர்களுக்குப் பின் பாண் சமூகத்தின் தொழில் முறைக் கலைஞர்களான பாணர், பாடினியர், விறலியர் முதலியோர் இனக்குழுச் சமூகத்தில் தோன்றுகின்றனர். சடங்குகள் நிகழ்த்தும் பூசாரி, பூசாரிணியரின் தொடர்ந்த மரபே பாணர் குடி மரபு. விறலியொருத்தி 'பண் குறிஞ்சி' பாடிய செய்தியைச் சான்றோர் இலக்கியமான மலைபடுகடாம் கீழ்க்கண்டவாறு பதிவு செய்துள்ளது:

"... இன்குரல் விறலியர்

நறுங்கார் அடுக்கத்துக் குறிஞ்சிபாடி"[79]

"பாணர் படுமலை பண்ணிய எழால்"[80]

என்று குறுந்தொகை என்ற பழந்தமிழ் இலக்கியம் 'பாணர்' இப்பண்பாடியதைத் தெரிவிக்கிறது.

## குறிஞ்சி என்ற பெரும்பண்

ஏழு சுரப்பண்களை நம்முன்னோர் 'பண்', 'பெரும்பண்', 'பாலை', 'யாழ்' என்று பல்வேறு பெயரிட்டு அழைத்துள்ளனர். குறிஞ்சி நிலத்து இப்பெரும் பண் பற்பல பெயர்களில் வழங்கி வந்துள்ளது.

குறிஞ்சி, குறிஞ்சியாழ், குறிஞ்சிப் பெரும் பண், படுமலை, யாமை, யாம யாழ், கொல்லி, கவ்வாணம், கொல்லிக் கவ்வாணம், துத்தம், துத்தப்பண், துத்தப்பாலை, பயிரவி, பைரவி என்றெல்லாம் நம்முன்னோர் பெயர் கொண்டழைத்த இப்பண் இக்காலம் 'நட பயிரவி (நடபைரவி)' என்றழைக்கப்படுகிறது.

"படுமலை நின்ற நல்யாழ்"[81]

"படுமலை நின்ற பயங்கெழு சீறியாழ்"[82]

"யாம நல்யாழ்"[83]

"யாமயாழ்ப் பெயர் குறிஞ்சியாழாகும்"[84]

'யாமயாழ்' என்பது குறிஞ்சியின் சிறுபொழுதால் (யாமம்) பெற்ற பெயர்.

"கொல்லியாம் பண்ணுகாந்தார்" என்பது அப்பர் தேவாரம்[85]

"படுமலை என்பது பகரில் கவ்வாணம்"[86]

பின்னர் இப்பண் 'பயிரவி' (பைரவி) என்று பெயர் பெற்று 'நட' என்ற முன் ஒட்டு சேர்ந்து, இன்று 'நடபயிரவி' (நடபைரவி) ஆகியுள்ளது.

## அகவன் மகளின் பண்

"வணர் கோட்டுச் சீறியாழ் வாங்குபு தழீஇப்

புணர்புரி நரம்பின் பொருபடு பத்தர்க்

குரல்குரலாக வருமுறைப் பாலையில்

துத்தம் குரலாத் தொன்முறை இயற்கையின்

அம்தீம் குறிஞ்சி அகவன் மகளிர்...''[87]

என்று அகவன் மகளிர் என்ற கட்டுவிச்சி, 'குறிஞ்சிப்பண்' பாடிய வரலாற்றை சிலப்பதிகாரம் சுட்டிக் காட்டுகிறது. பண்பெயர்ப்பு பற்றிக் கூறும் இச்சிலம்பு அடிகள் குறிஞ்சிப்பண் என்பது இன்றைய நடபயிரவிப் பண்தான் என்பதை உறுதிப்படுத்துகின்றது.

''தெய்வம் உணாவே... யாழின் பகுதி...''[88]

என்ற தொல்காப்பிய நூற்பாவுக்கு உரைகூற வந்த இளம் பூரணர், குறிஞ்சிக்குரிய (பெரும்) பண் 'குறிஞ்சி' என்பார். நச்சினார்க்கினியர், இப்பெரும்பண் என்பது 'குறிஞ்சியாழ்' என்கிறார்.

கொல்லி, கவ்வாணம், கொல்லிக் கவ்வாணம் என்ற பெயர்களில் மூவர் தேவாரத்திலும், ஆழ்வார் பாசுரங்களிலும் இப்பண் பாடப்பட்டுள்ளது.

கொல்லி என்ற பெயரில் அமைந்தவை :

சம்பந்தர் - 3 : 24 - 41

அப்பர் - 4 : 1

4 : 22 - 79 (திருநேரிசை)

எனவே நேரிசைக் கொல்லி என்ற பெயர் பெற்றது.

4 : 80 - 113 (திருவிருத்தம்)

எனவே விருத்தக் கொல்லி என்று பெயர் பெற்றது

சுந்தரர் - 7 : 31 - 37

திருவாய் மொழி - 1 : 1; 8 : 2; 9 : 4, 8; 10 : 4, 9

பெரிய திருமொழி - 4 : 7

கவ்வாணம் என்ற பெயரில் அமைந்தவை

பெரிய திருமொழி - 5 : 3

கொல்லிக் கவ்வாணம் என்ற பெயரில் அமைந்தவை

சம்பந்தர் - 3 : 42

சுந்தரர் - 7 : 38 - 46

**குறிஞ்சித்திணைப் பண்கள்**

குறிஞ்சி, படுமலைப்பாலை, யாமையாழ் என்றெல்லாம் பண்டை நாளில் பெயர் பெற்று இன்று நடபயிரவி எனப் பெயர் பெற்றுள்ள இப்பண்ணின் திறப் பண்களாவன :

(திறப்பண் - கிளைப்பண் - ஜன்ய ராகம்)

1. செந்திறம் (மத்யமாவதி) (குறிஞ்சி நிலத்தின் தலையாய சிறுபண்)

2. கௌசிகம் (பயிரவி)

3. சயந்த ஸ்ரீ

4. கமலா தரங்கிணி

5. ஆனந்த பயிரவி

6. நாக காந்தாரி

7. புவனகாந்தாரி

8. மாஞ்சி

9. நாயகி

10. பூரணசட்சம்

11. சாரமதி

12. கண்டாரவம் (கண்டா)

13. கன்னடா

14. ரதிபதிப்பிரியா

15. லதாமஞ்சரி

16. மகதி

17. மார்க்க இந்தோளம்

18. கனக வசந்தம்

19. தேவக்கிரியா

20. கோபிகா வசந்தம்

இவையாவும் குறிஞ்சித் திணைப் பண்களாகும். குறிஞ்சித் திணையின் பெரும் பண்ணான 'குறிஞ்சி' என்ற நடபயிரவி முதல், மேற்கண்ட இருபது கிளைப் பண்களுடன், இக்காலத்தில் மேற்கண்ட இருபத்தொரு பண்களும் பாடகர் பெருமக்களால் பாடப்படும் மரபைக் கொண்டிருக்கின்றன.

### குறிஞ்சி - பகுதி - குறிஞ்சிப் பாணி

குறிஞ்சிக்குரிய சிறுபண், குறிஞ்சிப்பாணி என்ற ஐந்து சுரப்பண்.

"தெய்வம் உணாவே...

... யாழின் பகுதி யொடு"[89]

என்ற தொல்காப்பிய நூற்பாவுக்கு உரை கூறும் போது இளம்பூரணர் முல்லை நிலத்திற்கு அதன் சிறுபண் பற்றிக் கூறுகின்றார்.

அது போல் குறிஞ்சி நிலத்திற்குரிய சிறுபண் என்பது 'குறிஞ்சிப் பாணி' என்ற இன்றைய மத்யமாவதிப் பண் ஆகும்.

நாரதரின் 'சங்கீத மகரந்தம்' என்ற நூல் 'மதுமாதவி' என்று ஒரு பண் பற்றிக் குறிப்பிடுகின்றது. அதுவே திரிந்து 'மத்யமாவதி' ஆகியுள்ளது என யாழ்நூல் விபுலானந்த அடிகளார் கூறுகின்றார். கீதகோபாலம் - மைசூர் மன்னர் (1673 - 1704) சிக்கதேவராய உடையார் இயற்றியது. அதில் இராமானுசருக்கான மங்களப்பாடல் 'மதுமாதவி'ப் பண்ணில் அமைந்துள்ளது.

இப்பண்ணின் வேறுபெயர்களாவன : செந்திறம், செருந்தி, செந்து, செருந்து, செந்தி, செந்திருதி, செந்துருத்தி, துருத்தி, மதுமாதவி.

அப்பர், சம்பந்தர் பதிகங்களில் காணப்படாத இப்பண் சுந்தரரின் 'மீளா அடிமை' என்ற 95 ஆம் பதிகத்தில் அமைந்துள்ளது.

குறிஞ்சி நிலத்தின் எளிய மக்களான குறத்தியரும் இப்பண் பாடியதை சிலப்பதிகாரம் தெரிவிக்கின்றது : ''குறத்தியர் பாடிய குறிஞ்சிப் பாணி...''[90]

**குறிஞ்சி - மக்கள்**

''குறிஞ்சிக்கு மக்கட் பெயர் குறவன், குறத்தி என்பன; தலைமக்கட் பெயர் மலை நாடன், வெற்பன் என்பன''[91] என்பார் இளம் பூரணர்.

''குறிஞ்சித் திணையில் தலைவனும், தலைவியும் கீழ்வரும் பெயர்களால் குறிக்கப் பெறுகின்றனர். இப்பெயர்களே அப்பாடல்களின் திணையறிய மிகவும் பயன்படுமாதலால் அவற்றைக் குறித்து இங்குவிரிவாக ஆராயலாம்.

(அ) நிலஞ்சார்ந்த பெயரால் வழங்கப் பெற்ற தலைமக்கள்.

**தலைவன்**

மலை கிழவன் (ஐங். 204)

மாமலை நாட (நற். 57)

நெடுமலை நாடன் (ஐங். 202)

வெற்பன் (நற். 17)

சிலம்ப (ஐங். 238)

வரை நாட (அகம். 12)

குன்ற நாட (அகம். 58)

நாட (அகம். 2)

**தலைவி**

கானக நாடன் மகள் (கலி. 39)

நல் மலைநாடன் காதல் மகள் (நற். 44)[92]

பொதுவாக குறிஞ்சி நில எளிய பெண் குறத்தி, குறமகள் என்ற பெயர்களால் குறிப்பிடப்படுகின்றாள். ''குறத்தியர் பாடிய குறிஞ்சிப் பாணி''[93]

''குறமகள் ஆக்கிய வால் அவிழ்வல்சி''[94]

பொதுவாக ஆண்மக்கள் கானவர் என்ற சொல்லால் அழைக்கப்படுகின்றனர்.

''காடு காத்து உறையும் கானவர் உளறே''[95]

கானவர் தங்கையாகக் கொடிச்சி கூறப்படுகின்றாள்.

''கானவர் தங்கை கொடிச்சி''[96]

அகவி அழைத்துப்பாடும் ஓர் இசைப்பாட்டுக்காரியாகவும், குறிசொல்லும் 'கட்டுவிச்சியாகவும், அகவன் மகள் காட்சிப்படுத்தப்படுகிறாா்.

''வணர்கோட்டுச் சீறியாழ் வாங்குபு தழீஇப்

புணர்புரி நரம்பின் பொருபடு பத்தர்க்

குரல்குரலாக வருமுறைப் பாலையில்

துத்தம் குரலாத் தொன்முறை இயற்கையின்

அம்தீம் குறிஞ்சி அகவன் மகளிர்"⁹⁷

குறிஞ்சிப்பண் பாடுவதில் வல்லமை பெற்றவர்கள் குறிஞ்சி நிலக் குறமகளிர். 'கொடிச்சி' என்ற பெயரால் அவர்கள் சிறப்பித்துக் கூறப்பட்டுள்ளனர்.

கொடிச்சி பெருவரை மருங்கில் குறிஞ்சிபாட"⁹⁸

கொடிச்சியர் எடுத்த இன்குறிஞ்சி"⁹⁹

குறிஞ்சி நில மக்களின் மறம் பற்றி பெரும்பாணாற்றுப்படை மிகச் சிறப்பாகக்

காட்சிப்படுத்தியுள்ளது :

"யானை தாக்கினும், அரவு மேல் செலினும்

நீல்நிற விசும்பின் வல்ஏறு சிலைப்பினும்

சூல்மகள் மாறா மறம்பூண் வாழ்க்கை

வலிக்கூட்டு உணவின் வாட்குடிப்பிறந்த

புலிப்போத்து அன்ன புல் அணற்காளை"¹⁰⁰

வள்ளியின் தோழியரான கொடிச்சியின் மறம் பற்றி கீழ்க்கண்ட பரிபாடல் கூறுவது:

"குறிஞ்சிக் குன்றவர் மறம்கெழு வள்ளி தமர்

வித்தகத்தும்பை விளைத்தலான்..."¹⁰¹

## குறிஞ்சி - மேற்கோள் பட்டியல்

1. புறம். 189:3-4

2. தொல்.அகத்.5

3. மேலது நச்சர். உரை

4.குறுந்.114:1-2

5.மேலது உவேசா உரை

6.மருதத்திணை குறியீடுகள் பக்.8 - எழில்வசந்தன்

8.சங்கமரபு பக்.168

9.தொல்.அகத்.5 நச்சர்.

10.புறம். 374:8

11.சங்கமரபு பக்.188

12.அகம். 152:17

13.குறுந். 239:3-4

14.குறுந்.1

15.தொல். அகத். 18 நச்சர்.

16. தொல். அகத். 20 இளம்.

17.குறிஞ்சிப்பாட்டு 62-63

18.சங்க மரபு 192

18அ.குறிஞ்சிப் பாட்டு 252-259

19.தொல்.அகத்.6

20.தொல்.அகத். 6 நச்சர்.

21.தொல்.அகத்.7

22.அகம் .125

23.தொல். அகத். 7 நச்சர்.

24.முல்லைப்பாட்டு 93-96

24அ. மதுரைக்காஞ்சி 631

25. தொல். அகத். 6

26. மேலது நச்சர்.

27. குறுந்.பக்.XXXIV-உவேசா

28. தொல்.அகத்.14

29. மேலது நச்சர்.

30. தொல்.அகத்.5.நச்சர்.

31. பார்க்க Tamil Lexicon பக்.2254

32. தொல்.அகத்.6.நச்சர்.

33. மேலது

34. பரிபாடல் 9:2-3

35. குறுந்.86 உவேசா

36. அகம்.128:3-4

37. மலைபடு. 108

38. மலைபடு.115

39. மதுரைக்காஞ்சி 286-289

40. அகம். 303:12

41. பெரும்பாண்.100

42. பெரும்பாண். 113,115

43. மதுரைக்.295

44. மலைபடு.152

45. மலைபடு. 168-169

46. மலைபடு. 174-183

47. மலைபடு. 190

48. மலைபடு. 294

49. மதுரைக். 581-582

50. பட்டினப். 248-49

51. முருகு. 225-26

52. குறுந். 87:1

53. தொல்.எச்ச.65 நச்சர்.

54. பரிபாடல் 8:126

55. மதுரைக். 181

56. நற்றிணை 82:4

57. முருகு. 206

58. குறுந்.கடவுள் வாழ்த்து 4 (அஞ்சுடர் என்பதற்கான பாடபேதம் செஞ்சுடர்) பார்க்க குறுந்.பக். 4 - உவேசா

59. குறுந்.கடவுள் வாழ்த்து

60. குறுந்.1

61. தொல்.அகத்.5

62. மேலது இளம்.

63. மேலது நச்சர்.

64. நற்றிணை 47:10

65. தொல்.பொருள்.5

66. மதுரைக். 611

67. நற்றிணை 34:6-11

68. முருகு. 267, 269

69. மேலது 253-259, 264

70. இலக்கிய உதயம் பக். 29-எஸ்.வையாபுரிப்பிள்ளை

71. பெரியபுராணம் கண்ணப்ப நாயனார் புராணம் பாடல் 47

72. முருகு. 239

73. சிலப். 24:18

74. ஆழ்வார் பாசுரம் 352 (பெரியாழ்வார் 3:4)

75. குறுந். 335:6-7

76. அகம். 132:5,7

77. அகம். 102:6

78. கம்ப. 760

79. மலைபடு. 358-59

80. குறுந். 323:2

81. நற்றிணை. 139:4

82. புறம். 135:7

83. மதுரைக். 584

84. திவாகரம் 1874

85. தேவாரம் 4 : திருநேரிசை. திருக்குறுகை வீரட்டம் பாடல் 6:4

86. பிங்கலம் 1392

87. சிலப். 28. 31 -35

88.தொல்.அகத்.20

89. தொல்.அகத்.20

90.சிலப்.27:224

91.தொல்.அகத்.24 இளம்.

92.சங்கமரபு 193

93.சிலப். 27:224

94.மலைபடு.183

95.மலைபடு. 279

96.குறுந்.335;6

97.சிலப்.28;31-35

98.அகம்.102;5-6

99.கம்ப.760

100. பெரும்பாண்.134-138

101.பரிபாடல் 9;67

# நெய்தல்

### நெய்தல் - திணை

கடல்சார்ந்த நிலம், அறுவகைப் பருவ காலங்கள், அறுவகைச் சிறுபொழுது, உரிப்பொருளான இரங்கல், கருப்பொருள்கள், மக்கள்தொகுதி என்ற இச்சூழலின் உள்ளும் புறமுமான உறவின் ஊட்டமே நெய்தல் திணையாகும்.

இது இயற்கையாக அமைந்த திணை. கடற்கரை நிலமும், நிலம் என்ற பாகுபாடு பெறாத கடலும் நெய்தல் திணையின் பாடுபொருள்களாகின்றன. மீனவர்களுக்கும், முத்துக் குளிப்போருக்கும், கடல்படுபொருள் தேடுவோருக்கும், கடல் வணிகர்களுக்கும், கடற்பயணிகளுக்கும் 'கடல்' என்பது பிரிவிடைப் பெருந் துயரே. இப்பிரிவுத் துன்பம் தரும் 'இரங்கல்' இந்நிலத்தின் உரிப்பொருளாகின்றது.

பாலை (530) ப்பாடல்கள், குறிஞ்சி (488)ப் பாடல்களை அடுத்து நெய்தல் (344) பாடல்களே சான்றோர் பாடல்களில் மிகுதி.[1]

| | |
|---|---|
| குறுந்தொகை | - 71 |
| நற்றிணை | - 102 |

அகநானூறு - 40

ஐங்குறுநூறு - 98

கலித்தொகை - 33 (நெய்தல் கலி)

''திணைமயக்கமின்றியும், மருதநில உவமைகள் நெய்தற் பாடல்களில் பயன்படுத்தப்படுகின்றன. வழக்கமாகத் திணைப்புலவர்கள் தங்களின் உவமைகளையும், உருவகங்களையும் அவ்வத்திணைக்குரிய நிலங்களிலிருந்தே புனைவது மரபாகும். ஆனால் இங்கு இந்தப்பொது மரபுக்கு மாறான தன்மை காணப்படுகிறது. மேலும் இரண்டின் கற்பனையான அணுகுமுறைகளில் சில ஒப்புமைகள் உள்ளன. காலப்போக்கில் இருநிலங்கள் இயற்கையில் ஒன்றாக இணைவதன் காரணமாக இவ்விரு திணைகளின் பாடல்களில் இடம்பெறும் கற்பனைப் பாங்கு ஒன்றையொன்று ஒத்திருக்கும் நிலையைப் பெறுகின்றது. இவ்வாறாக, இயற்கை,வாழ்க்கை ஆகிய இரண்டின் ஒளிக்காட்சியாகத் திணைச் செய்யுள், நடப்பியல் சார்ந்த நிலையில் சித்தரிக்கப்படுகின்றது.''[1அ]

(பார்க்க: சிலம்பின் மருவூர்ப்பாக்க, பட்டினப்பாக்க வருணனைகள் மற்றும் கானல்வரிப் பாடல்கள்)

### நெய்தல் - மலர்

கடற்கரை நிலத்தில் காணப்படும் நீலநிற மலரான நெய்தலால் நெய்தல் திணை பெயர்பெறுகிறது.

[2]வழக்கமாக நெய்தற்பூக்கள் குளங்களிலும், ஏரிகளிலும் அல்லது கடற்கழிகளிலும் [2அ]மருதநில நெல்வயல்களிலும் பூக்கும்.[3] கடற்கரைப் பகுதிகளில் அவை மிகுதியும் காணப்படும் காரணத்தால் கடலும், கடற்கரைப் பகுதியும் நெய்தல் என்ற பெயரால் குறிக்கப்படுகின்றன.[4] பெரும்பான்மையான பாடல்களில் நெய்தல் மலரை

இளம்பெண்களின் அழகிய கண்களை ஒக்கும் என்பர்.[5] பிறதிணைகளிலும் மகளிரின் கண்களுக்கு நெய்தல் மலர்களை ஒப்பிடும் மரபு பரவியிருக்கிறது.[6] நெய்தல் மலரில் நீர்த்துளிகள் காணப்படுவதால், அம்மலர்களிலிருந்து நீர்துளிர்ப்பது மகளிரின் கண்களிலிருந்து கண்ணீர் ஊற்றாக வெளிப்படுவதோடு ஒப்பித்து உரைக்கப்படுகிறது.[7] நெய்தலின் உரிப்பொருள் 'இரங்கலும்' இரங்கல் நிமித்தமும். இதற்குப் பொருந்த நெய்தல் மலர்கள் விளக்கப்படுகின்றன. எனவே 'நெய்தல்' இரக்கம், பரிவு, ஆகியவற்றின் குறியீடாக ஆகியுள்ளது. இறப்புக்காலத்தில் அடிக்கப்படும் பறையும் நெய்தற்பறை எனப்பட்டிருக்கிறது.[8]

நெய்தல் மலரின் வடிவமும், நிறமும் பலவகைகளில் விளக்கப்பட்டுள்ளன. இதற்குச் சிறிய பசிய இலைகள் உள்ளன.[9] இது ஆழமான நீரில், அவ்விடங்களுக்குப் பொருந்த வளருமாறு பருத்த தண்டுகளைக் கொண்டது.[10] இதற்குப் பல இதழ்கள் உள்ளன. இது நீலநிறமுடையது.[11]

கடற்கரை மகளிரின் இடையைச் சுற்றி நெய்தல் இலைகள் அதன் மொட்டுகளோடு சேர்த்துக் கட்டி அணியப்பெற்றிருக்கும்.[12,13] கடற்கரை நிலம் நெய்தற் பாடல்களில் அழகுற விளக்கப்பட்டுள்ளது. நெய்தல் மலரை அடுத்து புன்னைமரம் மிகுதியாகக் குறிக்கப் பெறுகின்றது.[14] அதுவே நெய்தற்காதலர் வழக்கமாகச் சந்திக்கும் இடமாகும்.[15] குறிஞ்சியில் வேங்கை மரம்போல நெய்தலில் இஃது இன்றியமையாத தன்மை உடையது.

"கருங்கோட்டு நறும் புன்னைமலர்"[16]

'தாழை' நெய்தலில் பேசப்படும் தொகுதியாகப் பல இடங்களில் பதிவு பெறுகின்றது.

"அலைநீர்த்தாழை அன்னம் பூப்பவும்"[17]

'பனை' நெய்தலில் பேசப்படும் மரத்தொகுதியாகவும் உள்ளது.

## நெய்தல் - நிலம்

கடற்கரை நிலமும் அதில் அமைந்த சிறுகுடி, சிறுநல்லூர், பட்டினம், கலமேறுபட்டினம், பாக்கம், காயல் என்ற ஊர்களும் நெய்தல் நிலங்களாகும்.

ஐவகை நிலங்களும் கடல் சூழ்ந்த உலகுக்குள் அமைகின்றன.

"... படுதிரை வையம் பார்த்திய பண்பே"[18] என்பார் தொல்காப்பியர்.

ஒலிக்கின்ற திரைகடல் சூழ்ந்த உலகம் பகுக்கப்பட்ட இயல்பு என இதற்கு உரை கூறுவார் இளம்பூரணர். எனவே ஐவகை நிலத்துள் கடல் சேர்க்கப்படவில்லை.

"உலகத்தைப் படைக்கின்ற காலத்துக் காடும், மலையும், நாடும், கடற்கரையுமாகப் படைத்து"[19] என்று நெய்தல் நிலத்தைக் கடற்கரை என்றே கூறுவார் நச்சினார்க்கினியர்.

"கடலினை நிலம் என்னாமையின்"[20]

என்று மேலும் இதற்கு வலுச் சேர்ப்பார்.

'கானல்' என்ற சிறப்புப் பெயராலும் இந்நிலம் சுட்டப்பட்டுள்ளது.

"கானல் வெண்மணல் கடல் உலாய் நிமிர்தர"[21]

(கானல் = கடற்கரை அமைந்த சோலை)

பெருங்கடல் துயில் கொள்ளும் வண்டு இமிர் நறுங்கானல்"[22]

சிலம்பில் கானல் வரி நிகழுமிடம் கடற்கரைக் கானல். எனவே கானல் வரி என்று பெயர்தருகின்றார்.

"அங்கனம் கடலாடிய கோவலனும், மாதவியும் கழிக்கானல் இடத்து யாழ்ப்பாட்டு நிகழ்த்திய கானல் வரியும்"[23] என்பார் அடியார்க்கு நல்லார்.

"அங்கனமெடுத்த விழவு இறுதியில் கடலாடின காதையும்"[24]

என 'கடல்' என்பதையும் பதிவு செய்கிறார்.

"....நெய்தல் நிலத்தின் ஊர் கடலாலும், கழிமுகத்தாலும் எல்லையாகச் சூழப்பட்டுப் 'பெருநீர்வேலி ஊர்.[25] எனப்பட்டது"[26]

"வருணன் மேய பெருமணல் உலகமும்" என்றே தொல்லாசான் பதிவு செய்துள்ளார்.

(பெருமணல் உலகம் = கடற்கரை நிலம்)

## நெய்தல் - பெரும்பொழுது - அறுவகைப் பருவங்கள்

மருதத் திணைக்கு சிறுபொழுது கூறும் தொல்காப்பிய நூற்பாவுக்கு உரைவகுக்கும் பொழுது,

"....பருவம் வரைந்தோதாமையின், அறுவகைப் பருவமும் கொள்ளப்படும்; இது நெய்தற்கும் ஒக்கும்"[27] என்பார் பூரணர். தொல்காப்பியர் நெய்தலுக்கெனத் தனியே எப்பருவத்தையும் கூறவில்லை. இவ்விதிக்கு ஏற்ப நெய்தற்பாடல்களில் எப்பருவமும் பற்றிய குறிப்பில்லை."[28]

சிற்சில நெய்தற் பாடல்களில் கூதிர்காலம் பற்றிய குறிப்புகள் வருகின்றன:

"தூஉம் துவலைத் துயர்கூர் வாடையும்"[29]

"ஊரை அம் குளிரொடு"[30]

"நெய்தல்திணை: நிலமுதற்பொருள்: பெரும்பொழுது : காரும், இரு வகை வேனிலும் : இவை ஆசிரியர் எடுத்தோதாமையின், அடிகள் கூறிற்றிலர் போலும்" என்பார் சிலம்பு பதிக உரையில் அடியார்க்கு நல்லார்.

(ஆசிரியர் - தொல்காப்பியர்; அடிகள் - இளங்கோ அடிகள்)

### நெய்தல் - சிறுபொழுது - எற்பாடு

ஞாயிறு மேற்கில் மறையும், நாளின் பிற்கூறான 'எற்பாடு' நெய்தலின் சிறுபொழுதாகின்றது. இருப்பினும் இரவின் முற்கூறான மாலையும் நெய்தல் சிறுபொழுதாகப் பெரிதும் பேசப்படுகின்றது. இருள், மருள் (மயக்கம், மாயம், மாயை), மாலை (துன்பமாலை) யாமம் என்னும் நாளின் பிற கூறுகளும் நெய்தலில் பாடப்படுகின்றன.

"மருள் கூர் பிணைபோல் மயங்க வெந்நோய் செய்யும்

மாலையும் வந்து, மயங்கி எரி நுதி

யாமம் தலைவந்தன்று" [31]

"ஆர் இருள் நீக்கும் விசும்பின் மதிபோல" [32]

"வைகுறு.... எற்பாடு நெய்தல்" [33]

"கானல் மாலைக் கழிப்பூக் கூம்ப" [34]

"மாலை நீ உள்ளம் கொண்டு....

"மாலை நீ ஈரம் இல்....

மாலை நீ கன்று ஆதல்" [35]; மருள்மாலை என்ற தொடரை "பாடல் 40,41,42 ல் கானல் வரியில் இளங்கோவடிகள் பயன்படுத்துகின்றார். 'மாலை' என்ற சொல்லை பாடல் 48,49,50 ல் பதிவு செய்கிறார்.

மாலை நீ....

மாலை நீ....

மாலை நீ [36]

"மருள்மாலை

இம்மாலை....

இம்மாலை....

இம்மாலை....

கோவலர் தீம் குழல் இனைய....'' [37]

''அழல் போலும் மாலைக்குத்தூதாகி ஆயன்

குழல்போலும் கொல்லும்படை'' [38] இது குறளின் செய்தி

''நெய்தலும் குறிஞ்சியைப் போலவே களவுக் காதலைக் குறிப்பதால், இங்கும் கூதிர்ப்பருவமும், நள்ளிரவும் [39] பற்றிய குறிப்புகள் உள்ளன. எற்பாடு, மாலை என்பன அடிக்கடி இடம்பெறும். சில இடங்களில் நெய்தல் நிலத்தின் நள்ளிரவு உயிர்ச் சித்தியுடன் சித்தரிக்கப்படுகிறது. முல்லையைவிட நெய்தலில் மாலைக்காலம் மிக அழகுற விளக்கப்படுகிறது.... பகல் மறையும் பொழுது நெய்தற்கே உரியதாதலின், அது பெரும்பான்மையான பாடல்களில் கூறப்படுவதுடன், 'எல்படுநேரம்' என்ற தொடரால் மாலைக்காலத்திலிருந்து வேறுபடுமாறு குறிக்கப்படுகின்றது'' [40].

**நெய்தல் - உரிப்பொருள் - இரங்கல்**

இரங்கலும், இரங்கல் நிமித்தமும் நெய்தல்.

''புணர்தல், பிரிதல், இருத்தல், இரங்கல்,

ஊடல் அவற்றின் நிமித்தம் என்றிவை

தேருங்காலைத் திணைக்குரிய பொருளே''[41]

''இரங்கல் என்பது நெய்தற்கும்.... பெரும்பான்மையும் உரியவாகவும், சிறுபான்மை எல்லாப் பொருளும், எல்லாத்திணைக்கும் உரியவாகவும் கொள்ளப்படும் என்பார் இளம்பூரணர்.''[42]

''கடலினை நிலம் என்னாமையிற் கலத்திற் பிரிவு முன்பகுத்த

நிலத்துள் அடங்காதென்று, அதுவும் அடங்குதற்கு 'இருவகைப் பிரிவும் என்னும் முற்றும்மை கொடுத்தும், காதற் பிரிவோடு கூட்டிற் கூறினார்."[43] என இரங்கல் ஐவகைத் திணைக்கும் உரித்தென்பார் நச்சினார்க்கினியர்.

".... கொளை வல்லாய் என் ஆவிகொள்' (7:நுளையர்) என்பதால் 'இரங்கலும்'.... என்பார் சிலம்பு பதிக உரையில் அடியார்க்கு நல்லார்.

### நெய்தல் - உணவு

நெய்தல் நிலத்தாருக்கு மீனும் கருவாடும் ஏனைய கடல்படு உயிர்களும் முக்கிய உணவாகின்றன. உப்பு மற்றும் மீன், கருவாடு விற்ற விலையில் கிடைக்கும் பிறபொருட்களும், கள்ளும் நெய்தலின் உணவில் இடம் பெறும் உணவுப் பொருட்கள்.

"நெய்தற்கு உணா, மீன் விலையும், உப்பு விலையும்"[44]

என்பார் இளம்பூரணர். இதையே அரண்செய்வார் நச்சர்.

"நெய்தல் திணை : உணா: "விலைமீன் உணங்கல் பொருட்டாக (7:'வலைவாணர்') என்பதால் மீன்விலை உணவுங் கூறினார்"

என்பார் சிலம்பு பதிக உரையில் அடியார்க்கு நல்லார்.

"....நுளை மகள் அரித்த பழம்படு தேறல்...."[45] என்பது சிறுபாண்.

### நெய்தல் - தெய்வம்

".... வருணன் மேய பெருமணல் உலகமும்"[46]

இத்தொல்காப்பிய நூற்பாவுக்கு, "கருங் கடல் கடவுள் காதலித்த நெடுங்கோட்டு எக்கர் நிலனும்" என்று உரை கூறுவார் நச்சர். மேலும், "திரை பொருது கரைகரையாமல் எக்கர் செய்தல் கடவுட்

கருத்தென்றற்குப் ‘பெருமணல்’ என்றார்’’ என்று கடல் கடவுட் தொழில் கூறுவார்.

இக்கருங்கடவுளான தெய்வமே திருமால் என்று பின்னாளில் அழைக்கப்பெறுகின்றது. (மால் = கருமை). இத்தெய்வத்தின் கருமை நிறம் கருதியே மாயவன், மாயோன் என்ற பெயர்கள்.

‘‘செருமிகு நேமியான்....’’[47]

‘‘மாயவன் மார்பில் திருப்போல் அவள்சேர’’[48]

‘‘ஞாலம் மூன்று அடித்தாய முதல்வதற்கு முதுமுறைப்

பால் அன்னமேனியான் அணிபெறத்தை இய

நீலநீர் உடைபோல தகைபெற்ற வெந்திரை

வால் எக்கர் வாய் சூழும் வயங்குநீர்த்தண் சேர்ப்ப’’[49] இக்கலிப்பாட்டில் பழங்கதைப்பட்ட மாயவனும், பலராமனும் கடல் தெய்வமான கதை மிக நுட்பமாகத் தெரிவிக்கப்பட்டுள்ளது.

நெய்தலின் தொன்மைவழிபாடுகளும் சான்றோர் செய்யுட்களில் பதிவு பெற்றுள்ளன:

‘‘கிடுகு நிரைத்து எஃகு ஊன்றி.... வலை உணங்கும் மணல் முன்றில்.... சினைச் சுறாவின் கோடுநட்டு... புன்தலை இரும் பரதவர்.... புலவு மணல் பூங்கானல்...’’[50]

எனப் பட்டினப்பாலை(78-94) சுறாவின் கோடு தெய்வமாக வணங்கப்பட்டதைத் தெரிவிக்கின்றது.

‘‘பெருங்கடல் தெய்வம் நீர் நோக்கித் தெளித்து’’[51] இந்நெய்தற்கலி, நெய்தலின் பொதுமைத் தெய்வம் கூறும்.

‘‘நெய்தல் திணை: கருப்பொருள்: தெய்வம்: ‘‘கடல் தெய்வம் காட்டிக்காட்டி (7:கரியமலர்) என்பதனால் வருணனும்’’ என்பார் சிலம்பு பதிக உரையில் அடியார்க்கு நல்லார்.

[52]''கடல்தெய்வம் கடற்கரையில் அந்தி ஒளியில் நிற்பதாகவும், தலையில் ஞாழலை அணிந்திருப்பதாகவும், அவள் மார்பில் மலர்ந்த நெய்தற் பூக்களால் ஆன மாலை உருள்வதாகவும், அழகுற வருணிக்கப்பட்டுள்ளது'' [53]இந்நெய்தற்கலிப் பாடலில் கடல்தெய்வமானது 'கடல்கெழு செல்வி' எனப் பெண்பாலாகக் கூறப்படுவது ஆதிப் பெண் தெய்வ வழிபாட்டின் கூறாகக் கொள்ளலாம்.

## நெய்தல் - தொழில்

மீன் பிடித்தல், கடல்படும் பொருள் (முத்து, சங்கு) சேகரித்தல். அதன்மீதான தொழில், மீன் உணங்குதல், உப்பு உற்பத்தி மற்றும் உப்பு வணிகம், கடல் வணிகம் முதலியன நெய்தற்நில மக்களின் தொழில்களாகும்.

''பல் எருத்து உமணர் பதிபோகு நெடுநெறி'' [54]

''பீரை நாறிய சுரை இவர்மருங்கின்

ஈர்த்திலைக் குப்பை ஏறி உமணர்

உப்புஒய் ஒழுகை எண்ணுபமாதோ ''[55]

''....கடல்புக்கு உயிர் கொன்று வாழ்நர்' (7:கடல்புக்) என்பதனால் செய்தியும்'' என்று சிலம்பு பதிக உரையில் அடியார்க்கு நல்லார் நெய்தலின் முக்கியத் தொழிலான மீன் பிடித்தலைக் கூறுவர்.

''மருதத்தில் பயிர் செய்வதற்குரிய ஈரநிலம் 'கழனி'(வயல்) எனப்படும். நெய்தலிலும் உப்பங்கழி 'கழிச்செறு'(உப்புவயல்) என்றும், உப்பு விளை கழனி என்றும் கூறுப்பெறும். உப்பு விழைத்தல் 'வானம் வேண்டா உழவு' (மழை வேண்டாத உழவு) என்றும், உப்பு விளைவிப்போர் 'உழா உழவர்' என்றும் கூறப்பெறுவர்.'' [56]

"முழங்கு கடல் தந்த விளங்கு கதிர் முத்தம்

அரம்போழ்ந்து அறுத்த கண் நேர் இலங்கு வளை

பரதர்தந்த பல்வேறு கூலம்

இருங்கழிச் செறுவின் தீம்புளி வெள் உப்பு

கொழுமீன்...."[56அ] என்பது மதுரைக்காஞ்சி.

## நெய்தல் - யாழ் - செவ்வழிப்பாலை

நெய்தல் நிலத்திற்குரிய பெரும்பண் (7 சுரப்பண் - பாலை) செவ்வழிப்பாலை. தமிழிசையின் ஏழ்பெரும்பாலைகளுள் மூன்றாவதாக வரும் பாலை.

தமிழகத்தின் நால்வகை நிலத்திற்கும் வகுக்கப்பட்ட பண்களில் ஒன்று என்ற பெருமை இப்பண்ணிற்கு உண்டு.

"பண் நான்காவன : பாலை, குறிஞ்சி, மருதம், செவ்வழி என்பன"[57]

(செவ்வழி - ச ரி$^1$ க$^1$ ம$^1$ ம$^2$ த$^1$ நி$^1$)

"சீறியாழ் செவ்வழி பண்ணி" [58]

நெய்தல் நிலமான கானலில் நடக்கும் 'கானல்வரி'யில் இப்பண் மாதவியால் (சிலப்.7:(47)சி பாடப்பட்டதாக இளங்கோவடிகள் அமைத்துக்காட்டுகிறார். நெய்தல் நிலத்திற்கான 'இரங்கல்' சுவைகொண்ட பண். மாலைநேரப் பண்.

நெய்தல் - மாலை - இரங்கல் என்ற தொடரின் பொருண்மை மிக நுட்பமானது.

"மாலை மருதம்பண்ணி காலைக்

கைவழி மருங்கில் செவ்வழிபண்ணி" [59]

மிகுதியான பரிசில்கிடைத்த மகிழ்ச்சியில்(மயக்கத்தில்) காலையில் பாடவேண்டிய பண்ணை மாலையிலும், மாலையில் பாடவேண்டிய பண்ணை காலையிலும் பாணண் மாற்றிப்பாடிய செய்தியை இப்புறநானூற்றுப் பாடல் தெரிவிக்கின்றது. இதிலிருந்து இப்பண் மாலையில் பாடவேண்டிய பண் என்பது பெறப்படுகின்றது.

''பாலையாழொடு செவ்வழிப்பண்டுகொள

மாலை வானவர் வந்து வழிபடும்'' [60]

என்ற அப்பர் தேவாரத்தால் இது உறுதிப்படுகின்றது.

இரண்டு உழை(ம)ச் சுரங்களும் வரும் தமிழிசைப்பண்களில் ஒன்று இச்செவ்வழிப்பாலை. எனவே ஈருழைப்பண், இருமத்திமத்தோடி என்றெல்லாம் பெயர்பெறுகின்றது. செவ்வழி, செவ்வழியாழ், செவ்வழிப்பாலை என்று பற்பல பெயர்களில் இப்பண் சான்றோர் இலக்கியங்களிலும், உரைகளிலும், நிகண்டுகளிலும் பதிவு பெற்றுள்ளது.

''பாலை குறிஞ்சி, மருதம், செவ்வழி என நால்வகை யாழாம் நாற்பெரும் பண்ணே'' [61] எனப் பிங்கலம் கூறும்.

## நெய்தல் - பகுதி - நெய்தற்பாணி - இந்தளம்

'யாழின்பகுதி' என்று தொல்காப்பியர் திணையின் சிறுபண்பற்றிக் கூறுகிறார். நெய்தல் திணையின் சிறுபண் - நெய்தல்பாணி. (பாணி - குழல் - 5 சுரப்பண்)

மருள், மருள் இந்தளம், தடவு, நெய்தற்பாணி, நெய்தலந்தீம்பாணி, நெய்தல்குழல், நெய்தலந்தீங்குழல், வடுகு, நோதிறம், துக்கராகம், நெய்தல்திறம், நீர் என்றெல்லாம் பெயர்பெறும் இப்பண் இந்தளம் என அழைக்கப்பட்டு, இக்காலம் 'இந்தோளம்' என்று அறியப்படுகின்றது.

இப்பண்ணின் சுரங்கள்: ச க$^{1}$ ம$^{1}$ த$^{1}$ நி$^{1}$

அத்துணைச்சுரங்களும் மென்மையானவை. எனவே இது இரங்கல் சுவைதரும் பண்ணாகிறது. நெய்தல் திணையானது, 'இரங்கல்' என்ற உரிப்பொருள் கொண்டது. எனவே நோதிறம், துக்கராகம் என்ற பெயர்கள் இப்பண்ணிற்கு அமைகின்றன. மென்மைச் சுரங்களைக் கொண்ட இரங்கல் சுவைதரும் பண் ஆகையால், இது மாலை நேரப்பண் ஆகிறது.

''இந்தளம், வடுகு எனல்'' [62]

''துக்கராகம், நோதிறமாகும்'' [63]

''பண்தடவு சொல்லின் மலைவல்லி'' [64]

''நேர்திறம், செவ்வழியாகத் திறனே'' [65]

(இந்நிகண்டில் நேர்திறம் என்பதின் மூலவடிவம் 'நோதிறம்' என்றிருந்திருக்க வேண்டும்)

'எட்டியிலவம்' என்று தொடங்கும் காரைக்கால் அம்மையாரின் (இரண்டாம்) மூத்த திருப்பதிகம் இப்பண்ணில் அமைந்துள்ளது. தேவார மூவரும்பாடிய பண். 'பித்தாபிறைசூடி' என்று சுந்தரர் தம் தேவாரத்தை இப்பண்ணில் தொடங்குகிறார். நம்மாழ்வாரும், திருமங்கை ஆழ்வாரும் இப்பண்ணில் பாசுரம் பாடியுள்ளனர்.

''குறவர் மாதர்களோடு வண்டு குறிஞ்சி மருள் இசை பாடும் வேங்கடத்து'' [66]

''குறப்பெண்டிரோடே வண்டுகளானவை குறிஞ்சி இந்தளம் என்னும் பண்ணைப் பாடாநின்ற திருமலை'' என இதற்கு மெல்லுரை சொல்வார் பெரியவாச்சான் பிள்ளை.

''கலிமயில் அகவும் வயிர் மருள் இசை'' [67]

''இந்தளம், மருள் இந்தளமே ஆகும்'' [68]

நிறைந்திடும்.... மருள்குறிஞ்சி என்ப''[69]

''முறையால் வரு மதுரத்துடன் மொழி இளந்தளமுதலில்''[70]

சுந்தரர் தம் தேவாரத்தை இப்பண்ணில் தொடங்குதை, சேக்கிழார் இவ்வாறு பதிவுசெய்துள்ளார்.

(பார்க்க: தமிழிசைப் பேரகராதி பக்.66,401)

## நெய்தல் - மக்கள்

''நெய்தல் தலைவனைக் குறிக்க வழங்கும் பெயர்கள் வருமாறு: சேர்ப்பன், துறைவன், கொண்கன், புலம்பன் என்பன. நெய்தல் தலைவி பரதவர் மடமகள் என்றும் உமணர் மடமகள் என்றும் குறிக்கப் பெறுகின்றாள்.''[71]; பரவர், பரதர், பரதவர், பரத்தியர், பரத்தி, நுளையர், நுளைச்சி, நுளைத்தி, நுளைமகள், வலைஞர், உமணர், திமிலோன், நாடன் என்றெல்லாம் நெய்தல் நிலமக்கள் அழைக்கப்பட்டுள்ளனர்.

''....தேம்பாய் துறைவ!''[72] என இக்குறுந்தொகையில் நெய்தல்தலைவன் 'துறைவன்' எனச் சுட்டடப்படுகிறான்.

''அம்மா வாழி, தோழி! கொண்கன்''[73] என்ற குறுந்தொகைப்பாடலில் 'கொண்கன்' நெய்தற்தலைமகனாகப் பதிவு பெறுகின்றனர். நெய்தல்நில (இனக்) குழுத்தலைவர்களாக சேர்ப்பனும், புலம்பனும் விளக்கப்பட்டுள்ளனர்.

''கானல் அம் சேர்ப்பனைக் கண்டாய் போல''[74]

''புள் இறைகூறும் மெல்லம் புலம்ப''[75]

தலைமகளானவள் நுளைச்சி, நுளையர், நுளை மகள், பரத்தி எனப்பட்டனர்.

''நுதி வேல் நோக்கின் நுளைமகள்''[76]

''நுளையர் விளரி''[77]

"குறிஞ்சி பரதவர்பாட"[78]

"பரதரும், பரத்தியரும், நுளையரும், நுளைச்சியருமாகிய நிலமக்களும்"[79] என்பார் அடியார்க்கு நல்லார்.

"கொடுமுடி வலைஞர்....."[80]

"பல் எருத்து உமணர்"[81]

"திமிலோன் தந்த கடுங்கண் வயமீன்"[82]

"பரந்து ஓங்கு வரைப்பின் வன் கைத்திமிலர்"[83]

## நெய்தல் - மேற்கோள் பட்டியல்

1. சங்க மரபு பக்.199,358

1அ. மேலது பக் 216

2. மேலது 197,198

2அ. நற். 96

3. ஐங்.96

4. தொல்.951

5. கலித்.142, அகம். 10,130,150,290

6. பாலை - அகம். 83, குறிஞ்சி- நற்.23, கலித்.39

7. நற்.195

8. புறம்.194,389

9. நற்.23

10. நற்.96,138, நெடுங்கால் நெய்தல், கணைக்கால் நெய்தல்

11. நற்.382, அகம். 240, பதிற்.30

12. நற்.60,96,138,குறுந்.125,அகம்.20

13. சங்கமரபு 213

14. அகம்.10,270, நற்.67,311

15. நற்.177, குறுந்.299, கலித்.135, அகம். 10,30,50

16. கலித்.123:1

17. சிறுபாண்.146

18. தொல்.அகத்.2

19. தொல்.அகத்.2 நச்சர்.

20. தொல் அகத். 11 நச்சர்.

21. சிறுபாண்.150

22. கலித்.123:5

23. சிலம்பு. பதிக உரை 69. அடியார்க்.

24. சிலம்பு. பதிக உரை 68. அடியார்க்.

25. குறுந்.345:7

26. சங்கமரபு 213

27. தொல்.அகத்.9.இளம்.

28. சங்கமரபு.213

29. குறுந். 103:4

30. குறுந். 197:3

31. கலித். 146:32-34

32. கலித்.147:30

33. தொல்.8

34. அகம். 40:1

35. கலித். 120:10,13,16

36. கலித். 148:7-8,12,16

37. கலித். 130.7-8,11,14-15

38. குறள் 1228

39. அகம்.80,170,210 கலித்.122, குறுந்.145,நற் 145,175,178,199,378.

40. சங்கமரபு 213-214

41. தொல்.அகத்.16

42. மேலது இளம்.

43. மேலது நச்சர்.

44. மேலது 18 நச்சர்.

45. சிறுபாண். 158-159

46. தொல்.அகத்.5

47. கலித். 127:4

48. கலித். 145:64

49. கலித். 124:1-4

50. பட்டினப்பாலை 78-94.

51. கலித். 131:1

52. சங்கமரபு 198

53. அகம்.370

54. பெரும்பாண்.65

55. புறம்.116:2 6-8

56. சங்கமரபு 215

56அ. மதுரைக். 315 - 320

57. சிலப்.14:160-167 அடியார்க்.

58. புறம்.144:2,147:2

59. மேலது 149:3

60. தேவாரம் 5:12:10

61. பிங்கலம் 1374

62. பிங்கலம் 1397

63. திவாகரம் 13

64. தேவாரம் 3:74:3(3594)

65. பிங்கலம் 1379

66. பாசுரம் (திருமங்கை) 2:1:2 (பெரிய திருமொழி 102)

67. நெடுநல். 99

68. திவாகரம் 1893

69. சூடாமணி 10:33

70. பெரியபு. தடுத்தாட். 75

71. சங்கமரபு 214.

72. குறுந்.336:2

73. மேலது 230:1 (மற்றும் 299:4;212:1; கலித் 125:9)

74. கலித்.128:6(மற்றும் 124:4 புறம். 49:2; நற்.74)

75. அகம். 10:4

76. சிறுபாண்.158

77. சிலம்பு. 7:(48)

78. பொருந.218 (மற்றும் சிறுபாண்.159) அகம்.350:11; நற்.111:3)

79. சிலம்பு. பதிக உரை அடியார்க்கு நல்லார்

80. பெரும்பாண்.274 (மற்றும் மதுரைக்.256)

81. பெரும்பாண்.65 (மற்றும் புறம். 116:7)

82. அகம்.320:2

83. மதுரைக்.319

# பாலை

## பாலை - திணை

பாலை நிலம், பெரும்பொழுதுகளான பின்பனி, இளவேனில், முதுவேனில்(கோடைகாலம்), சிறுபொழுதான நண்பகல், உரிப்பொருளான பிரிவு என்ற போக்கு, மற்றும் கருப்பொருள்கள், மக்கள் தொகுதி என்ற இச்சூழலின் உள்ளும், புறமுமான உறவின் ஊடாட்டமே பாலைத்திணை.

கலித்தொகையைத் தொகுத்த மதுரை ஆசிரியர் நல்லந்துவனார், பாலையையும் ஒரு திணையாகக் கொண்டதைக் கலித்தொகைக்கு உரை வரைந்த நச்சினார்க்கினியர் கீழ்க்கண்டவாறு விளக்குகின்றார் :

''நடுவனைந் திணை நடுவண தொழியப் படுதிரை வையம் பாத்திய பண்பே' என்றும், 'மாயோன் மேய காடுறை யுலகமுஞ், சேயோன் மேய மைவரையுலகமும், முல்லை, குறிஞ்சி, மருதம், நெய்தலெனச் சொல்லிய முறையாற் சொல்லவும்படுமே' என்றும், நிலம் நான்கேயாகக் கூறலின் பாலைக்கு நிலம் இன்றெனின், அற்றன்று. 'புணர்தல் பிரிதலிருந்து லிரங்கலூட லிவற்றி நிமித்த மென்றிவை தேருங்காலைத் திணைக்குரிய பொருளே' என நால்வகை நிலத்துங்கொண்ட உரிப்பொருட்கிடையே பிரிதலும் உரிப்பொருளாக

ஆசிரியர் கொண்டார், அப்பிரிவு நான்கு நிலத்திடையும் பொதுவாய் மயங்கி வருமென்று கருதி. ஆதலான் ஈண்டுப் பாலைத்திணையுந் திணையாக ஆசிரியர் நல்லாந்துவனார் கோத்தாரென்று கூறுக....''

மலரும், மரமும், நிலமும், உரிப்பொருளும், திணையும், பண்ணும், பிரிவும் என பாலை என்ற சொல்பொருள் பரந்துவிரிந்தது.

''பாலை என்னும் சொல் ஒருவகை மரத்தைக்குறிப்பது. இம்மரங்கள் பெரும்பான்மையும் வறண்ட பகுதிகளில் காணப்படும். கடுங்கோடையிலும் இவற்றின் அரும்புகளும், கிளைகளும் வாடுவதில்லை. காலப்போக்கில் இச்சொல் வறண்ட நிலத்தையும், அதிற்செறிந்த வெம்மையையும் குறிக்க வந்தது. நச்சினார்க்கினியர் பாலை என்னும் சொல், பிரிவு என்ற பொருளுடையதென்பர். இவ்வாறு கூறுவது இச்சொல் பிரிவின் ஒரு குறியீடு என்பதைக் குறிக்கும். இதற்குக் காரணம் பிரிவைப் பொருளாகக் கொண்டு இயற்றப் பெறும் மரபினாலாகும். குறிப்பிட்ட ஒருபண்ணும் பாலை எனப்படும்''.[1]

''பாலை என்பது 'நடுவணது' என்றும், 'நடுவு நிலைத் திணை' என்றும் தொல்காப்பியராற் கூறப்பெறும். இவ்விரண்டு சொற்றொடர்களும் 'பொதுத்திணை' என்ற பொருளுடையன. தொல்காப்பியர் ஏனை நான்கு திணைகளுக்கும் நிலம் குறிக்கப்பட்டுள்ளமையைக் கூறுவதால், பாலைத்திணை அவற்றுக்குப் பொது என்பது குறிப்பான் உணர்த்தப் பெறுகின்றது''[2]

''பாலை சான்ற சுரம் சேர்ந்து ஒருசார்'' என்று மதுரைக்காஞ்சி (314), பாலையை ஒரு திணையாகவே குறிப்பிடுகின்றது.

முதற்பொருள்: நிலம்(நீர்), ஆண்டின் பெரும்பொழுதான பருவகாலங்கள் மற்றும் நாளின் சிறுபொழுதுகள். நிலம்: நீர், தீ, வளி, வான் எனும் ஐம்பூதங்களும் நிலம் என்பதில் அடங்கும். 'நிலம்' என்பதனான் பொருள் தோற்றுவதற்குரிய இடமாகிய ஐம்பெரும்

பூதமும் கொள்க" -தொல். அகத். 4 இளம்பூரணர். "முல்லை, பாலை இரண்டுக்கும் இடையேயான வேறுபாடு பருவநிலை மாற்றங்களால் ஏற்பட்டதாகும்" - சங்கமரபு பக்.245-தமிழண்ணல்

## மக்கள்

தலைமக்கள் எனவும், மக்கள் எனவும், பாலைநில மக்கள் வேறுபடுத்திக் குறிப்பிடப்படுகின்றனர். பிற்கால அகப்பொருள் நூற்களான நம்பி அகப்பொருளும், மாறன் அகப்பொருளும் உயர்ந்தோர், அல்லோர் என இவர்களைப் பாகுபடுத்திக் கூறுகின்றன.

பொதுவாகத் தலைமகன் 'மீளி, விடலை, காளை' எனவும், தலைமகள் 'எயிற்றி, பேதை' எனவும், அம்பின் வில்லோர், விடலை, எயினர், எயிற்றி, எயிற்றியர், மறவர், மறத்தியர், வேடர், வேட்டுவர், குறும்பர், திருடர் எனப் பாலை மக்கள் சுட்டப்படுகின்றனர். நாடன், மழவர், ஊரன் என்றும் சிற்சில இடங்களில் சுட்டப்படுகின்றனர்.

'.... திணை தொறு மரீஇய பெயருந் திணை நிலைப் பெயருங் கொள்க. எயினர், எயிற்றியர், மறவர், மறத்தியர் எனவும் மீளி, விடலை, காளை எனவும் வரும்" என்பார் நச்சர். [3]

தலைமக்களை 'உரிப்பொருட்குரியோர்' என நச்சர். கூறுவார்:

"....உரிப்பொருட்குரிய தலைமக்கள்...." [4]

இளம்பூரணர், "....திணைதொறும் குலப்பெயரும், தொழிற்பெயரும், கிழவர் பெயரும் வரும்...." என்பார். [5]

மீளி, விடலை, காளை ஆகியோர் தலைமகன் என்போராக இறையனார் அகப்பொருள் (நூ.1) உரையும், விடலை என வீர சோழியமும் குறிப்பிடுகின்றன.

எயிற்றி, பேதை ஆகியோர் தலைமகள் என்போராக இறையனார் அகப்பொருள் (நூ.1) உரையும், களவியற்காரிகையும் குறிப்பிடுகின்றன.

மக்கட் பெயர்களாக கீழ்க்கண்டோரை இலக்கண நூல்கள் வரையறை செய்கின்றன:

எயினர், எயிற்றியர், மறவர், மறத்தியர், (களவியல் உரை மற்றும் காவியற்காரிகை) விடலை, எயினர் (தமிழ்நெறி விளக்கம்)

வேடர், குறும்பர் (வீரசோழியம்), விடலை, காளை, மீளி, எயிற்றி ஆகியோரை நம்பி அகப்பொருளும், மீளி, விடலை ஆகியோரை மாறன் அகப்பொருளும் உயர்ந்தோராகக் குறிப்பிடுகின்றன.

எயினர், எயிற்றியர், மறவர், மறத்தியர் ஆகியோரை நம்பி அகப்பொருளும், மீளி, விடலை ஆகியோரை மாறன் அகப்பொருளும் உயர்ந்தோராகக் குறிப்பிடுகின்றன.

எயினர், எயிற்றியர், மறவர், மறத்தியர் ஆகியோரை 'அல்லோர்' என நம்பி அகப்பொருள் பாகுபடுத்தியுள்ளது.

விரிவுக்குப் பார்க்க: பக். 400 தமிழில் பொருளிலக்கண வளர்ச்சி - க.சுந்தரபாண்டியன்.

## பாலை – மலர் மற்றும் மரம்

பாலை என்ற மலரால் பாலைத்திணை, ஒழுக்கம், நிலம், பண் முதலியன பெயர் பெறுகின்றன.

"முல்லை, பாலை, கல் இவர்முல்லை" - குறிஞ்சிப்பாட்டு. 77

பாலைநிலத்திலும், பாலையின் சுரம் (அத்தம்) என்ற அரும் வழிகளில் வளர்ந்திருக்கும் பாலை என்ற பெயருடைய பல்வகை[6] மரங்களால் நிறைந்தது பாலைநிலம். முதுவேனில் காலத்தும் விடாது வளரும் பால்நிறைந்த மரம் பாலை.

"பாலை மரச்சிறப்பால் பாலை எனப்பட்டது"[7]

"பாலை நின்ற பாலை நெடுவழி"[8]

"பாலை என்பதற்கு நிலம் இன்றேனும், வேனிற்காலம் பற்றிவருதலின் அக்காலத்துத்தளிரும் சினையும் வாடுதலின்றி நிற்பது பாலை என்பதொரு மரம் உண்டாகலின், அச்சிறப்பு நோக்கிப் பாலை என்று குறிப்பிட்டார்"[9] என்பார் இளம்பூரணர்.

பாலை, இருப்பை, ஓமை (பாங்கர்), கள்ளி, உழிஞை, உகாய், கோங்கு, ஞெமை, யாமரம், வாகை, வேம்பு, அகில், சூரை ஆகியன பாலநில மரங்கள். மேலும் நெல்லியும், மராம் எனும் மரங்களும் குறிஞ்சி திரிந்த பாலையின் மரங்களாகக் கூறப்பட்டுள்ளன. வேலமரமும், இலவமரமும், முல்லை திரிந்த பாலை நில மரங்களாகக் குறிப்பிடப்படுகின்றன.

"இந்நிலங்களில் (குறிஞ்சி, முல்லை) வேனிற்காலத்து நிகழ்வன கருப்பொருளாகக் கொள்ளப்படும்."[10] என்பார் இளம்பூரணர்.

பாலைநிலத்திற்குரிய மலர்களாவன: பாலை, உழிஞை, ஓமை, வாகை, மராஅ, வெண்கடம்பு, குராஅ, பாதிரி, வெட்பாலை (வெப்பாலை - இணப்பாலை - நற்.107:3), எறுழ், "முருக்கு, மரல், வேலமரம், குமிழ், உடை, வயலை, நொச்சி, குரவு, குளவி, கள்ளி, ஈத்து, இத்தி, யா, உழிஞ்சில், அதிரல் முதலியன

"அலறுதலை மராமும் உலறுதலை ஓமையும்

பொரியரை உழிஞ்சிலும், புன்முளி மூங்கிலும்"[34]

எனசிலப்பதிகாரம் பாலைநில மரங்களைக் குறிப்பிடுகின்றது.

பாலை - வராளி - ஒருமலர் - Wedge - leaved ape flower [42]

ஏழிலைப்பாலை - Seven leaved milk plant - Alstonia Scholaris [43]

## பாலை - முதற்பொருள் - நிலம்

"முதல் எனப்படுவது நிலம் பொழுது இரண்டின்

இயல்பென மொழிப இயல்புணர்ந்தோரே"[10அ]

நிலம் என்பது விண்ணும், மண்ணும், நீரும், நிலனும், வளியும் என்ற ஐம்பெரும்பூதத்தைக் குறிப்பது.

''நிலம் என்பதனான் பொருள் தோற்றுதற்கு இடமாகிய ஐம்பெரும்பூதமும் கொள்க'' என்பார் இளம்பூரணர்.

மேலும், நிலம் என்பதில் மண்ணும், நீரும், நிலைத்திணையும் மற்றும் இயங்கு திணை முதலியனவும் உள்ளடங்கும்.

தமிழகத்தில் வெப்பப் பாலையோ, மணற்பாலையோ, பனிப்பாலையோ இல்லை.

கோடையில் முல்லையும், குறிஞ்சியும் பாலையாகத் திரியும் என்பார் இளங்கோவடிகள்:

''முல்லையுங்குறிஞ்சியு முறைமையிற்றிரிந்து

நல்லியல் பிழந்து நடுங்குதுய ருறுத்துப்

பாலை யென்பதோர் படிவங்கொள்ளும்'' [11]

இதற்கு அடியார்க்கு நல்லார் கூறும் உரை:

''வெம்மை மிகுதலானே தமது இயற்கை கெட்டு, முல்லை, குறிஞ்சி யென்னும் இருதிணையும் முறைமை திரிந்து தமது நல்லியல்பை இழந்து தம்மைச் சேர்ந்தோரை நடுங்குந்துயரை யுறுவித்துப் பாலையென்பதோர் வடிவைக் கொள்ளும்....''

மேலும் அடியார்க்கு நல்லார் பிறிதோரிடத்தில்,

''பாலைக்கு நிலமில்லாதது போலவென்க'' [12] என்பார்.

''பாலை என்பதற்கு நிலமின்றேனும்....'' [13] என்றே இளம்பூரணரும் கூறுவார். ஆயினும்

''நெடியோன் குன்றமும் தொடியோள் பௌவமும், தமிழ்வரம்பறுத்த தண்புனல் நன்னாட்டு'' [14] என்ற சிலப்பதிகாரப் பகுதிக்கு உரை கூறுகையில், பாலைநாடுகளை,

".... ஏழ்முன் பாலை நாடும், ஏழ்பின் பாலை நாடும்...." [15] என கடல்கொண்ட நாடுகளில் உள்ளடக்கிக் கூறுகிறார் அடியார்க்கு நல்லார்.

"....குமரிக்கண்டத்திருந்த ஏழ்முன் பாலை, ஏழ்பின்பாலை என்னும் நாடுகள் நம்கருத்தில் தோன்றி, ஐந்திணை நிலமும் இயல்பாக இருந்ததை விளக்கும்." [16] என்பார் முதுபெரும் அறிஞர் இளங்குமரனார்.

ஒட்டகக் குட்டியையும் 'கன்று' என்று கூறலாம் என்பதைப் பதிவு செய்துள்ளார் தொல்காப்பியர்:

"ஒட்டகம் அவற்றோடு ஒருவழி நிலையும்" [17] என. மேலும்

"ஒட்டகம், குதிரை, கழுதை, மரை இவை பெட்டை என்னும் பெயர்க்கொடைக்கு உரிய" [18]

என்று தொல்காப்பியர் மேலும் ஒட்டகம் பற்றிக் குறிப்பிடுகின்றார்.

"ஓங்குநிலை ஒட்டகம் துயில் மடிந்தன்ன" [19]

என்று சிறுபாணாற்றுப் படையும், மற்றும் அகநானூற்றில்

"கடுங்கால் ஒட்டகத்து அல்குபசி தீர்க்கும்" எனவும் பாலை நிலத்தில் ஒட்டகம் கூறப்படுகின்றது.

பாலைத்திணையின் ஒருவிலங்காகக் கொண்டே தொல்காப்பியர் ஒட்டகத்தைப் பாடுவதாலும், அகநானூறு பாலைத்திணையிலேயே ஒட்டகத்தைப் பாடுவதாலும், ஒட்டகம் என்பது பாலை நிலத்திற்குரிய சிறப்பான விலங்காவதாலும் தமிழகத்தில் முன்னொருகால் நிலையான பாலைநிலம் இருந்துள்ளது, பின் மறைந்துள்ளது என்றுகொள்ளலாம்.

காடுகாண் காதையையும், வேட்டுவ வரியையும், புறஞ்சேரி இறுத்த காதையையும் (113வது அடிகள்வரை) இளங்கோவடிகள் பாலைநிலத்தில் அமைத்துக்காட்டுகிறார். இதுவே முல்லை நிலம்

மழையின்றிப் படிவம்கொள்ளும் பாலைநிலம். பனம்பாரனார் தமது சிறப்புப்பாயிரத்தில்,

''வடவேங்கடம் தென்குமரி'' எனத் தமிழக எல்லையை வரையறுக்கின்றார். கடம் என்பது பாலை நிலத்தைக் குறிப்பது.

வெம்கடம் என்பதே வேங்கடம் ஆயிற்று. எனவே ஒருகாலத்தில் தமிழகத்தின் வடஎல்லை பாலைநிலமாக இருந்துள்ளது.

மதுக்கரை வேட்கோவர் பட்டயத்தில் கொங்கு நாட்டின் எல்லை கூறப்பட்டுள்ளது:

''வடக்குப் பெரும்பாலை....''[21]. இது வடவெங்கடம் என்ற கூற்றை அரண் செய்கின்றது.

சங்க இலக்கியங்களில் சுரம், அருஞ்சுரம், (ஆர்) இடை, அத்தம், கானம், (பெருங்)காடு, அதர், அழுவம், கடம், நெறி முதலிய சொற்களால் பாலை நிலம் குறிப்பிடப்படுகிறது.

சுரம் என்பது முதுவேனில் கால பாலைநிலத்தைக் குறிக்கின்றது.[44] என்பார் தேவநேயப் பாவாணர்.

''பேரூர்ச் சேரியும் சுரத்தும் (அகத். 37) என்பார் தொல்காப்பியர்.

**சுரம் :**

''இன்னா வைப்பின் சுரன் இறந்தோரே''[45]

''அஞ்சுவரப் பனிக்கும் வெஞ்சுரம் இறந்தோர்''[46]

(சுரம் = வழி; வெம்=கொடுமையான)

**அருஞ்சுரம் :**

''அருஞ்சுரக் கவலை நீந்தி, என்றும்''[47]

''அருஞ்சுரம் இறந்த அம்பர்ப் பருந்துபட''[48]

(அரும் = மலை, குறிஞ்சி பாலையான நிலம்)

## அத்தம் :

"அத்தம் செல்வோர் அலறத்தாக்கி"[49]

"கல் பிறங்கு அத்தம் சென்றோர் கூறிய"[50]

அருள்புறம் மாறிய ஆரிடை அத்தம் (கலித்.15:9)

(அத்தம் = அரியவழி, அருவழி, பாலைநிலவழி)

## ஆரிடை :

"ஆரிடை உண்டோர் ஆரஞர்த்தெய்வம்" - சிலப்.11:144

"புள்ளும் வழங்காப் புலம்புகொள் ஆரிடை" - கலித். 4:6

(இடை=வழி); (ஆரிடை = கடத்தற்கு அரியவழி" சிலப்.11:68-73 அடியார்க்கு நல்லார்)

## காடு :

"அங்காற்கள்ளி அம்காடு இறந்தோரே"[51]

"பாலைநிலமாகிய காட்டினைக் கண்டு...."[52]

என்று அடியார்க்கு நல்லார் காடுகாண் காதைக்குப் பதிக உரை கூறுகிறார். 'காடு காண்காதை'யிலுள்ள 'காடு' என்பது பாலைநிலத்தைக் குறிக்கிறது.

(இங்கு முல்லை, பாலையானதால் 'காடு' என்ற பெயர்)

## கானம் :

கானம் என்ற சொல் முல்லைக்கும், பாலைக்கும் பொதுவானது. முல்லை, பாலையாவதால் கானம் என்ற சொல்லைப் பாலைபெறுகின்றது.

"அம்மவாழி.... வெஞ்சுரத்து.... அரியகானம் சென்றோர்க்கு"[53]

"கான இருப்பை.... அருஞ்சுரம் இறந்தவர்ப் படர்ந்து"[54]

**பெருங்காடு:**

"நின் பிரிவினும் சுடுமோ பெருங்காடு" (கம்ப.1827)

"ஊர்பாழ்த்தன்ன ஓமைஅம் பெருங்காடு" (குறுந்தொகை 124:2)

**அதர் :**

"மான் அடி பொறித்த மயங்கு அதர் மருங்கின்" [55]

புலிபார்த்து உறையும் புல் அதர்ச்சிறுநெறி" [56]

(அதர் = வழி)

**அழுவம் :**

"வெவ்வளி வழங்கும் வேய்பயில் அழுவத்து" (நற்றிணை 46:8)

**கடம் :**

"கானமும் எயினர் கடமும் கடந்தால்" [57]

கடம் = வழி [58]

"எயினர் ஊரையடுத்த வழியுமாகிய அவை கடத்தற்கரிய" [59]

**நெறி :**

"படுத்துவைத்தன்ன அருஞ்சிறுநெறி

தொடுத்த வாளியர் துணைபுணர் கானவர்" [60]

(நெறி = வழி; அரும்நெறி = மலைவழி)

பாலை நிலத்தைக் குறிப்பிடும் சுரம், அத்தம், அதர், கடம், நெறி முதலிய சொற்கள் வழி என்ற பொருள் கொண்டன. "பாலையில் இவ்வழி 'சுரம்' எனப்படும். குறிஞ்சியிலும் இவ்வழி இப்பெயராலேயே குறிக்கப்பெறும்." [61]

"பாலை சான்ற சுரம்" மதுரைக். 314

**குறிஞ்சி வழி:**

''பகலும் அஞ்சும் பனிக்கடும் சுரனே'' அகம். 68

**பாலை வழி:**

''மைபடு மாமலை விளங்கியசுரனே'' அகம். 17[62]

பாலைநிலமானது, வன்புலம், புன்புலம் என்றெல்லாம் பெயர்பெற்றுள்ளது.

''வன்புலத்துப் பகடுவிட்டு'' [63]

''புன்புலத்து அமன்ற சிறியிலை நெருஞ்சி'' [64]

காடுகாண் காதை, வேட்டுவரி, புறஞ்சேரி இருத்தகாதை ஆகிய காதைகள் நடக்குமிடம் பாலைநிலங்களே. இவற்றை மதுரைக்கான பெருவழியாகவே இளங்கோவடிகள் காட்டுகின்றார்.

**குறிஞ்சி திரிந்த பாலை**

''கோடை நீட, குன்றம் புல்லென

அருவியற்ற பெருவறல் காலையும்'' [85]

''காந்தள் அம்கண்ணி கொலைவில் வேட்டுவர்....

குன்றுதலை மணந்த புன்புல வைப்பும்'' [86]

''பாலை நின்ற பாலை நெடுவழி'' [87]

''பிரியாய் ஆயினும் நன்றே....

முருகமர் மாமலை பிரிந்தெனப் பிரிமே'' [88]

''சீறருங் கணிச்சியோன் சினவயின் அவ் எயில்

ஏறுபெற்று உதிர்வனபோல், வரை பிளந்து, இயங்குநர்

ஆறுகெட விலங்கிய அழல் அவிர் ஆரிடை'' [89]

''வெந்திறல் கடுவளி பொங்கர்ப் போந்தென

நெற்று விளை உழிஞ்சில் வற்றல் ஆர்க்கும்

மலையுடை அருஞ்சுரம்.....'' [90]

''குன்று உறுசிறு நெறி....'' [91]

''ஆறுசெல்வம்பலர் படைதலை பெயர்க்கும்

மலையுடைக் கானம்....'' [92]

''வேனிற்குன்றத்து வெவ்வறைக் கவாஅன்....

கழைதிரங்கு ஆரிடை அவனொடு செலவே'' [93]

**முல்லை திரிந்த பாலை**

நீர் அற வறந்த நிரம்பா நீள் இடை.... வெஞ்சுரம் இறந்தோர்'' [94]

''வானமூர்ந்த ...இலவம்'' [95]

''தெறுகதிர் ஞாயிறு நடுநின்று காய்தலின்...

நெடுமென் பணைத்தோள், மா அயோளே'' [96]

''கதிர்கையாக வாங்கி, ஞாயிறு

பைது அறத்தெறுதலின், பயம் கரந்துமாறி...

காடுகவின் எதிர...

நறுவீ முல்லையொடு தோன்றி தோன்ற...'' [97]

''பொருள் தேடுவதற்கோ, போர் செய்வதற்கோ பிரியுங்காலம் கோடைப் பருவமாதலின், அவ்வழி விளைவற்ற வறண்ட நிலமாகவும், தலைவன் திரும்புங்கால் மழைப்பருவமாதலின் அவ்வழி முல்லை நிலமாகவும் இருக்கலாம். வழி ஒன்றேயாயினும், முல்லை பாலை இரண்டுக்கும் இடையேயான வேறுபாடு பருவநிலை மாற்றங்களால் ஏற்பட்டதாகும்'' [98]

## பாலை - பெரும்பொழுது

"நடுவு நிலைத்திணையே நண்பகல் வேனிலோடு..." [22]

"பின்பனி தானும் உரித்தென மொழிய" [23]

ஓர் ஆண்டானது ஆறு பருவகாலங்களாகக் கொள்ளப்படுகின்றன. அவையே பெரும்பொழுதுகள். அவ்வகையில் பின்பனி, இளவேனில், முதுவேனில் பாலைக்குரியன.

பின்பனிக்காலமான மாசியும், பங்குனியும், இளவேனிற்காலமான சித்திரை, வைகாசி, முதுவேனில் என்ற கோடைக்குரிய ஆனி, ஆடி ஆகிய மாதங்கள் பாலைக்குரிய பெரும்பொழுதுகள் [24]

"தமிழ் இலக்கியம் தமிழகத்தின் நில இயல்பு, காலநிலைகளை மிகச்சரியாக மறு உருப்படுத்திக் காட்டுகின்றது. முன்னரே குறித்தவாறு திணைச்செய்யுளின் முதன்மை வகைப்பாடு அந்தந்த நிலப்பகுதிகளின் பெயர்களைக் கொண்டு வழங்கப்பெற்றன. தலைமையான பாடுபொருளுக்குப் பின்னணியாக அமைந்த உவமைகள், குறிப்புமொழிகள் என்ற திணைச் செய்யுட் கூறுகளின் விளக்கங்கள் யாவும் தமிழக நிலப்பகுதிகள், இயற்கைப் பொருட்கள், காலநிலைகள் ஆகியவற்றை அடிப்படையாகக் கொண்டன". [25]

தொல்காப்பியர் கூறுவதுபோல 'பின்பனியும் பாலைக்கு உரியது எனினும், 'வேனில்' அதுவும் முதுவேனில் பாலைக்கு மிகவும் சிறப்புடைய பெரும்பொழுது.

"காய்சினம் திருகிய கடுந்திறல் வேனில்" [26]

"வேனில் பாதிரி விரிமலர்..." [27]

சிலப்பதிகார காடுகாண் காதையையும், வேட்டுவ வரியையும், புறஞ்சேரி இறுத்தகாதையையும் (அடிகள் 113 வரை) பாலை நிலத்தில் அமைத்துள்ளார் என்பதை நாம் ஏற்கனவே அறிவோம்.

''வேனலங்கிழவனொடு வெங்கதிர் வேந்தன்'' [28]

''வேனல் வீற்றிருந்த வேய்கரி கானத்து'' [29]

''இளவேனல் வந்ததா...'' [30]

வேனல் - வேனில் - மேலது அரும்பத உரை அடிக்குறிப்பு.

''வேனல்வரி அணில் வாலத்து அன்ன'' [31]

''வேனல் மல்கி வென்தேர் சென்ற வெந்நிலம்'' [32]

''வேனல் - கோடைக்கால வெப்ப மென்காற்று'' [33]

**பாலை - சிறுபொழுது**

ஒரு நாளின் ஆறுபொழுது, சிறுபொழுது எனப்படும். பாலைக்குரிய சிறுபொழுதாவது நண்பகல்.

''நடுவு நிலைத்திணையே நண்பகல் வேனிலோடு'' [35]

''எற்பாடும் காலையும் என்னும் இரு கூற்றிற்கு நடுவணதாகிய ஒருகூறு தான் கொண்டு வெம்மை செய்து பெருகிய பெரும்பகலொடும்'' [36] என்பார் நச்சினார்க்கினியர்

''முன்நாள் நண்பகல் சுரன் உழந்து வருந்தி'' [37]

''வெங்கதிர் அமயம் பார்த்திருந்தோர்க்கு'' [38]

''படுங்கதிர் படும் அமயத்தையும், தண்கதிர் எழும் அமயத்தையும் பார்த்திருந்த இவர்கட் கென்க'' [39] என்பார் அடியார்க்கு நல்லார்.

சிறுபொழுது: ''படுங்கதிர் அமயம் பார்த்திருந்தோர்க்கு'' (13:16) என்பதனால் நண்பகலும் கூறினார். [40]

வேனில் என்பது முதுவேனிலையே குறிப்பது; அதுவே கோடைகாலம்; அக்கோடையின் நண்பகல் மிகுந்த வெம்மை கொண்டது. எனவேதான்,

''நடுவுநிலைத் திணையே நண்பகல் வேனிலோடு'' [41] என்றார்

## பாலை - உரிப்பொருள்

பிரிவு, போக்கு, செலவு முதலிய சொற்களால் பாலை உரிப்பொருள் பேசப்படுகின்றது.

### பிரிவு

"பிரிதல்...இவற்றின் நிமித்தம் என்றிவை தேருங்காவை திணைக்குரிய பொருளே" [65]

எனவே 'பிரிவு' பாலைக்குரிய உரிப்பொருள்.

"இலக்கிய மரபில் குறிப்பாகக் காதல் பாடல்களில் தவிர்க்க முடியாத பகுதியாகப் பிரிவு அமைகின்றது. சிலபாடல்கள் மிகுந்த அழகியலுடன் இருக்கக் காரணம் அவற்றின் பொருண்மை பிரிவுபற்றியதாக இருப்பதே. சங்கமரபு பிற்காலத்தில் பக்தி இயக்கத்தில் கைக்கொள்ளப்பட்டதற்கும் இந்தப் பிரிவு குறித்த பாடல்களே ஆதாரமாக இருந்துள்ளன" [66]

"கொண்டுதலைக் கழிதலும் ..." [67]

தலைவியை 'உடன் கொண்டுசெல்லல்' எனும் 'உடன்போக்கு' பாலைத்திணையுள் அடங்கும். 'உடன்போக்கு' ஓர் அகப் பொருள்துறையாகும்.

"ஓதல். பகையே, தூது இவை பிரிவே" [68]

"பொருள் வயின் பிரிதலும் அவர் வயின் உரித்தே" [68]

"கல்வி கற்பதற்காகப் பிரியும் பிரிவு ஓதற்பிரிவு என்றும், காவல் செய்யப் பிரியும் பிரிவு காவல் பிரிவு என்றும், போர் அமைதிக்காகச் செல்லும்பிரிவு பகைதணி வினைப்பிரிவு என்றும், அரசனுக்கு உதவுவதற்காகப் பிரியும் பிரிவு வேந்தர்க்கு உற்றுழிப் பிரிவு என்றும் வழங்கப்படுகின்றன" [70]

''தமிழ் நெறிவிளக்கம் மட்டும் ஆயிடைப் பிரிவு' என்னும் பகுப்பைக் கூறுகின்றது. இவ்வாயிடைப் பிரிவை உரையாசிரியர்கள் 'பரத்தையர்பிரிவு' எனக் கூறுவர்'' [71]

ஓதல் பிரிவு, பகைவயிற்பிரிவு, தூதிற்பிரிவு, பொருள் வயிற்பிரிவு, பரத்தையர் பிரிவு, காவல் பிரிவு என்ற தொல்காப்பியப் பகுப்புடன், சேயிடைப் பிரிவு, ஆயிடைப் பிரிவு, துணை வயிற் பிரிவு, வேந்தர்க்கு உற்றுழிப் பிரிவு எனப்பிற்காலப் பொருள் இலக்கண நூல்கள் மொத்தம் பத்தாக பிரிவை வகை செய்துள்ளன.

**போக்கு**

''போக்கிற்கண்ணும் விடுத்தற்கண்ணும்'' (தொல்.அகத்.39)

''போக்கெல்லாம் பாலை, புணர்தல் நறுங்குறிஞ்சி

ஆக்கம்சேர் ஊடல் அணிமருதம் - நோக்கொன்றி

இல்லிருக்கை முல்லை, இரங்கல் நறுநெய்தல்

சொல்லிருக்கும் ஐம்பால் தொகை'' [72]

தலைவியைப் பிரிந்த தலைவனின் தனிப்போக்கு (பிரிவு), பெற்றோர், உற்றோர், ஊரோர் தமை நீங்கிய, தலைவன் தலைவியுடனான உடன்போக்கு என்றிருவகைப் போக்கும் பாலையாகும்.

''இருவகைப் பிரிவும் நிலைபெறத் தோன்றலும்

உரியதாகும் என்மனார் புலவர்'' [73]

''இருவகைப் பிரிவான தலைமகளைப் பிரிதலும், தலைமகளை உடன்கொண்டு தமர்வரைப் பிரிதலும்'' என்று இதற்கு உரை வகுப்பார் நச்சினார்க்கினியர்.

''கொண்டு உடன் போக வலித்த'' - நற்றிணை 293:6-8

''உடன்போக்கு (Elopement) திருமணமாகக் கருதப்பட்டது. இனக்குழு வாழ்க்கையில் உடன்போக்கு இயல்பாகும். அதனைக் குற்றமாகக் கருதுவதில்லை. இக்கருத்தை தொல்காப்பியர் ''கொடுப்போர் இன்றியும் கரணமுண்டே புணர்ந்துடன்போகிய காலையானே'' என வலியுறுத்தியுள்ளார்... முதுவர், பணியர், இருளர் ஆகிய பழங்குடி மக்களிடம் உடன்போக்கு மணம் நிலவுகிறது.

வயநாட்டில் காட்டு நாயக்கர்கள், திருவிதாங்கூர் மலைகளில் மண்ணூர் ஆகியோரிடை உடன்போக்கு மணம் பழக்கத்திலுள்ளது (பண்டைய கேரளம் பக்.143)''[74]

தலைவியை நீங்கிய தலைவனின் தனிப் பிரிவை (போக்கு) கீழ்க்கண்ட அகப்பாடல் விளக்கும்:

''வேட்டச் செந்நாய் கிளைத்தூண் மிச்சில்

குளவி மொய்த்த அழுகல் சில்நீர்

வளையுடைக்கையள், எம்மொடு உணீஇயர்

வருகதில் அம்ம, தானே

அளியளோ அளியள், என் நெஞ்சு அமர்ந்தோளே'' [75]

மணம் புரியாது உடன்போகும் தலைவன், தலைவியின் இரங்கத்தக்க நிலையை இவ்வகப்பாடல் காட்டும்:

''வில்லோன் காலன கழலே; தொடியோள்

மெல்லடி மேலவும் சிலம்பே; நல்லோர்

யார்கொல்? அளியர்தாமே; ஆரியர்

கயிறு ஆடு பறையின், கால் பொரக்கலங்கி,

வாகை வெண் நெற்று ஒலிக்கும்

வேய் பயில் அழுவம் முன்னியோரே'' [76]

சிலப்பதிகாரத்தில் கோவலன் கண்ணகியின் 'உடன்போக்கு' தனிவகையானது. திருமணத்திற்குப் பின்னர் நடந்த பொருள்வயின் பிரிவு.

ஊரையும், உறவையும், உற்றாரையும், மற்றாரையும், நாற்பெருங்குரவரையும் பிரிந்தபோக்கு. காடுகாண் காதை, வேட்டுவவரி, புறஞ்சேரி இறுத்தகாதை என்ற பாலைத்திணைக் காதைகள் மூலம், காவிரித்தென்கரை, உறையூர், கொடும்பாளூர், நெடுங்குளம், பொன்னமராவதி, திருமயம் வழி மதுரை முடிய எனப்பாலை நில வழியில் இந்த உடன்போக்கை இளங்கோவடிகள் அமைத்துக்காட்டுகிறார்.

### செலவு

செலவு = செல்லல்; தலைவியைப் பிரிந்து செல்லும் தலைவனின் தனிப்போக்கு மற்றும் உடன்போக்கு பற்றிக்கூறுவது செலவு.

"வேனில் திங்கள் வெஞ்சுரம் இறந்து

செலவு அயர்ந்தனையால் நீயே'' [77]

"மடந்தை மாண் நலம் புலம்ப, சேய்நாட்டுச்

செல்லல் என்று யான் சொல்லவும் ஒல்லாய்'' [78]

"ஒன்றானு நாமொழிய லாமோ - செலவுதான்

பின்றாது பேணும் புகழான்பின் - பின்றா

வெலற்கரிதாம் வில்வலான் வேல்விடலை பாங்காச

செலற்கரிதரிச் சேயசுரம்'' [79]

## செலவு அழுங்குதல்

செலவு - செல்லல்; அழுங்குதல் - கைவிடுதல்; செலவு அழுங்குதல் - தலைவியிடமிருந்து செல்வதைத் தலைவன் கைவிடல் என்றே பொருள்படும். ஆயினும்,

''செலவிட அழுங்கல் செல்லாமை அன்றே...'' [80]

தலைவனின் செலவு குறித்து தலைவியை ஆற்றுப்படுத்தி இருக்கச் செய்வது. செலவு அழுங்குதல் என்பது செலவைக் கைவிடல் அன்று.

''வினைதலைப் படுதல் செல்லா நினைவுடன்

கண்டே கடிந்தனம் செலவே'' [81]

''முட்டாச் சிறப்பின் பட்டினம் பெறினும்

வார் இருங்கூந்தல் வயங்கு இழைஒழிய

வாரேன் வாழிய நெஞ்சே ...'' [82]

என்று தலைவன் கூறும் பட்டினப்பாலை என்ற சங்க நெடும்பாட்டு 'செலவு அழுங்குதல்' என்ற அகப்பொருள் துறையில் அமைந்த நூல்.

இவ்வளவு சிறப்புடைய காவிரிப்பூம்பட்டினத்தையே பரிசாக நான் பெறுவதாக இருந்தாலும், தலைவியைப் பிரிந்து 'நான் செல்லேன்' என்று தலைவன் தன் நெஞ்சுக்குக் கூறுகின்றான்.

செலவு அழுங்குதல் பற்றிய மிகச் சிறப்பான சங்கப்பாடல் ஒன்று :

''புறம் தாழ்பு இருண்ட கூந்தல் போதின்

நிறம்பெறும் ஈர் இதழ்ப் பொலிந்த உண்கண்

உள்ளம் பிணிக்கொண்டோள் வயின் நெஞ்சம்

செல்லல் தீர்க்கம்; செல்வாம் என்னும்

செய்வினை முடியாது எவ்வம் செய்தல்

எய்யாமையோடு இளிவு தலைத்தரும் என

உறுதி தூங்காத் தூங்கி, அறிவே

சிறிது நனி விரையல் என்னும்; ஆயிடை

ஒளிறு ஏந்து மருப்பின் களிறு மாறுபற்றிய

தேய்புரிப் பழங் கயிறுபோல

வீவதுகொல் என்வருந்திய உடம்பே'' [83]

தலைவனின் நெஞ்சம் தலைவியிடம் திரும்பச் செல்லலாம் என்று கூறுகின்றது; அறிவோ தாம் ஏற்ற வினையை முடிக்காது திரும்புதல் கூடாது என்று சொல்கின்றது. தேய்ந்த பழங்கயிற்றை பலமான கொம்பன் யானை இரண்டு, இருபக்கங்களிலும் இழுப்பதுபோல் என் உடம்பு அல்லல்பட்டு அழிந்து போவதா? எனத் தலைவன் தடுமாறுகிறான்.

''பாலைப்பாடல்களில் ஐந்து அல்லது ஆறுகூறுகளே சித்தரிக்கப்பெற்றுள்ளன. தலைவன் தலைவியிடம் விடைபெறுதல், தலைவன் புறப்படுதலில் காலத்தாழ்வு, தலைவன் பாலை வழியிற் செல்கையில் இடையே தலைவியைக் குறித்துப் பழைய நிகழ்ச்சிகளை நினைவுகூர்தல், தலைவியின் இரங்கல், தோழி தலைவியை ஆற்றுதல், தலைவன் திரும்பி வருதல் ஆகியன இவற்றில் பேசப்பெறுவன'' [84]

**பாலை - உணவு**

''தெய்வம் உணாவே மாமரம் புட்பறை'' [99]

என தொல்காப்பியம் தெய்வத்திற்கு அடுத்து உணவை, திணையின் கருப்பொருளாகக் குறிப்பிடுகின்றது.

''உணவே - ஆறலைத்தலான் வரும்பொருள்'' [100] என்பார் இளம்பூரணர்.

எனவே பாலைநில மக்களின் உணவு ஆறலைத்தல் என்ற வழிப்பறியால் வரும் பொருளே.

''... பாலைக்கு உணா, ஆறலைத்தனவும், சூறை கொண்டனவும்'' [101] என்பார் நச்சினார்க்கினியார். அதாவது வழிப்பறி என்ற களவும், 'சூறை' என்ற கொள்கையின் மூலமும் கிடைக்கும் பொருட்களே.

''ஆறெறிபறையும், சூறைச்சின்னமும்'' [102] என்று சிலப்பதிகாரம் ஆறெறிதலையையும், சூறையையும் அதனொடுகூடிய அடையாளக் கருவிகளையும் குறிப்பிடுகின்றது.

மேலும்,

''ஆரிடை அத்தத்து இயங்குநர் அல்லது

மாரிவளம் பெறா வில்லேர் உழவர்'' [103]

''ஆறெறிந்தும், சூறைகொண்டும் உண்ணும் உணவாம்'' [104]

''ஆறலை கள்வர் ...'' [105] என்று பாலைநில மக்களை பொருநர் ஆற்றுப்படை குறிப்பிடுகிறது.

''கொள்ளும் பொருள் இலர் ஆயினும் வம்பலர்

துள்ளுநர்க் காண்மார் தொடந்து உயிர் வௌவலின்'' [106]

வழிப்பறியில் பொருள் இல்லை எனினும் கொல்லும் வழக்கமுடையவர் ஆறலைகள்வர் என்பதுபற்றி மேற்கண்ட கலித்தொகைப்பாடல் தெரிவிக்கின்றது.

ஐவன வெண்ணலும், வரகும், தினையும் பாலைநில மக்களின் உணவுப் பொருட்கள்.

''ஐவன வெண்ணொலொடு....'' - மதுரைக்.288

''செவ்விகொள் வரகின் செஞ்சுவற் கலித்த'' [107]; இது குறுந்தொகை

### பாலையின் சிறப்பு

"அகன் ஐந்திணையுள் பாலைத்திணையே காதல் உள்ளத்தின் ஆழத்தை நன்கு புலப்படுத்தவல்லது. எனவே பாலைத்திணை பற்றியே அதிகமான பாடல்களைப் புலவர்கள் பாடியுள்ளனர். மொத்தமுள்ள சங்க அகத்திணைப் பாடல்கள் 1864. அவற்றுள் முழுமையாகக் கிடைத்தவை 1859. இவற்றுள் 530 பாடல்கள் பாலைத்திணை பற்றியவை. அதாவது ஏனைய திணைப்பாடல்களை விட பாலைத் திணைப்பாடல்கள் கூடுதலானவை. குறுந்தொகை 90, நற்றிணை 104, அகநானூறு 200, ஐங்குறுநூறு 100, கலித்தொகை 35, பட்டினப்பாலை 1 என 530 பாடல்கள் பாலைப் பாடல்களாகும்..." [108]

அகம் என்ற பெயரொட்டி அமைந்தது அகநானூறு. "...இந்நூலுள் பாலைத்திணைக்கு இருநூறு, குறிஞ்சித்திணைக்கு எண்பது, மருதம், முல்லை, நெய்தல் என்று மூன்று திணைகட்குந் தனித்தனி நாற்பது செய்யுட்களுள்ளன..." [109]

"கலித்தொகையில் பாலைக்கு 35 பாடல்களும், குறிஞ்சிக்கு 29 பாடல்களும், மருதத்திற்கு 25 பாடல்களும், முல்லைக்கு 17 பாடல்களும், நெய்தலுக்கு 33 பாடல்களும் என வெவ்வேறு புலவர்கள் பாடியவை உள்ளன." [110]

தொகையும், பாட்டுமான, முழுவதுமாக இன்று கிடைத்துள்ள 1859 சங்க அகப் பாடல்களில் அதாவது, "மொத்தம் உள்ள திணைப்பாடல்களில், பாலையே பெருவரவினது (530 பாடல்கள்). அடுத்துவருவது குறிஞ்சி (488 பாடல்கள்) இவற்றோடு ஒப்பிட ஏனைத்திணைகளில் வருவது குறைவே. (நெய்தல் 344; மருதம் 263; முல்லை 234)" [111]

பாலைத்திணையின் சிறப்பை மனதிற்கொண்டு சில புலவர்கள் பாலைத்திணைப் பாடல்களையே மிகுதியும் பாடியுள்ளனர்.

| புலவர் | பாடிய மொத்த அகப்பாடல்கள் | பாலையைப் பற்றி பாடிய பாடல்கள் |
|---|---|---|
| பாலைபாடிய பெருங்கடுங்கா | 67 | 66 |
| மாமூலனார் | 30 | 29 |
| இளங்கீரனார் | 18 | 17 |
| கல்லாடனார் | 9 | 8 |
| காவன் முல்லைப் பூதனார் | 7 | 7 |
| கயமனார் | 23 | 21 |
| மொத்தம் | 154 | 148 |

இவ்வாறான பாலைப்பாடல்களின் சிறப்பு குறித்து கமில் சுவலபில் மிக அழகாகப் பதிவு செய்துள்ளார்:

''இலக்கியமரபில் குறிப்பாகக் காதல்பாடல்களில் தவிர்க்கமுடியாத பகுதியாகப் பிரிவு அமைகின்றது. சிலபாடல்கள் மிகுந்த அழகியலுடன் இருக்கக்காரணம் அவற்றின் பொருண்மை பிரிவு பற்றியதாக இருப்பதே.

சங்கமரபு பிற்காலத்தில் பக்தி இயக்கத்தில் கைக்கொள்ளப்பட்டதற்கும் இந்தப்பிரிவு குறித்த பாடல்களே ஆதாரமாக இருந்துள்ளன.

மனித ஆன்மாவின் அழிவற்ற ஆசையானது அவளுடைய தலைவனுக்காகத் தனித்துவப்படுத்தப்பட்டது என்றவாறு சங்க இலக்கியத்தில் இடம் பெற்றுள்ள பிரிவு குறித்த பாடல்களின் தனித்தன்மையையும் அவற்றை வாசிக்கும்போது ஏற்படுகின்றன உணர்வு நிலைகளையும் பதிவு செய்துள்ளார்''[112]

"பாலை தனக்கென ஒரு நிலமின்றி நால்வகை நிலத்தும் நிகழுமாறு போல" [113] என்பார் நச்சினார்க்கினியர். இங்கு நச்சர். கூறுவதாவது பாலைப் பிரிவைத்தான். குறிஞ்சியின் புணர்ச்சிக்குப் பின்பான பிரிவு (பாலை) பொதுவாக உள்ளது. [113அ]

"ஏனைய நான்கு நிலங்களின் செய்யுள்கள் அவற்றுக்குரிய நிலங்களிலேயே வளர்ந்தவையாகும். அங்கு வாழும் மக்களின் பழக்க வழக்கங்களாலும், ஒழுகலாறுகளாலும் உருவாக்கப்பட்டு வளர்ந்தவையாகும்.

பொதுவாகப் பாலை ஒரு குடியிருப்பு நிலமன்று. அஃது ஒரு பெருவழியாகவே பயன்படுத்தப்பட்டது. ஆறலை கள்வரே அதனை இருப்பிடமாகக் கொண்டனர். பாலைநிலத்தில் வாழ்ந்த 'எயினர்', 'எயிற்றியர்' சங்க இலக்கியத்தில் குறிப்பிடப் பெறுகின்றனர்.

எனவே பாலைத்திணைப் பாடல்கள் பாலைநில மக்களின் வாழ்க்கைப் படைப்போ, பாலைநில நாட்டுப்புறப் பாடல்களிலிருந்து விரிவுபடுத்தப்பட்டனவோ அல்ல. அவை ஏனைய நான்கு நிலத் தலைவர்களின் பிரிவு குறித்த பாடல்களாகும். பிற நான்கு நிலமக்களுக்கும் பொதுவாக உள்ளமையால் பாலைப் பாடல்களின் எண்ணிக்கையும் மிகுதியாக உள்ளது" [114]

"பாலை நிலத்திலே தர்மத்தின் பொருட்டு நெல்லிமரம் வளர்க்கப்பட்டிருக்கும். அதனை அறந்தலைப்பட்ட நெல்லி என்று ஒரு நல்லிசைப் புலவர் புனைகின்றார். வழிப்போவார் அதன் காயை உண்டு விடாய் தணித்துக் கொள்வர். உடலும் உள்ளமும் உயிரும் வெம்மையால் தீகின்ற பாலைநிலத்திலே அன்பும் அறமும் பிற இடங்களைக் காட்டிலும் சிறந்து நிற்கின்றன." [115]

**பாலைத் தெய்வம்**

பாலைக்கு நிலமில்லை; மழையின்றி, நீரின்றி கோடையில் முல்லையும், மருதமும் தற்காலிகமாகப் பாலையாகின்றது. பாலை குடியிருப்புப் பகுதியல்ல. அது பெருவழி.

''எனவே அவ்வந்நிலத்தின் தெய்வங்களே பாலைக்குத் தெய்வமாயின''[116] என்பார் நச்சினார்க்கினியர்.

''விடர் முகை அடுக்கடுத்து விறல் கெழு சூலி'' [117]

என சூல் ஆயுதத்தைக் கையில்கொண்ட கொற்றவை பாலைத் தெய்வமாகச் சுட்டப்படுகின்றாள்.

''சூலி நீலி மாலவற் கிளங் கிளை'' [118]

''ஐயை செய்யவள்...... கொற்றவை கொண்ட அணிகொண்டு...'' [119]

என்பதால் பாலைத் தெய்வமானவள் சூலி, ஐயை, கொற்றவை என்றெல்லாம் காட்டப்படுகின்றாள். மேலும்

''.... இவள் துர்க்கையாகவே பிறந்தாள் என்றவாறு''[120] என்பதால் பாலைத் தெய்வம் துர்க்கை என்றும் குறிப்பிடப்படுகின்றது.

இன்னும் பகவதி, கன்னி, காளி என்னும் பெயர்களாலும் பாலைத்தெய்வம் அழைக்கப்படுகின்றாள்.

பாலையின் வெங்கதிர்வேலன் முக்கியமானவன் ஆனதால்,

''கடுங்கதிர் திருகலின்'' (12:1) எனவும், ''வெங்கதிர் வேந்தன் தானலந்திருகி'' (11:62-3) எனவும்.... பருதியஞ்செல்வனும், திகிரியஞ் செல்வியும் எனக்கொள்க'' [121] என்று ஞாயிறும் பாலைத் தெய்வமாகக் குறிப்பிடப்படுகின்றது.

கொற்றவை யானவள் 'பழையோள்' என்பவளே. இதனை,

''வெற்றியை வெல்போர்க் கொற்றவை சிறுவ

"இழையணி சிறப்பின் பழையோள் குழவி" [122] என்று முருகாற்றுப் படை கூறும் பாலையின் தெய்வமாக அந்நிலத்தை உருவாக்கும் ஞாயிற்றையும், வெற்றியைத்தரும் கொற்றவையையும் திணைக்குடியினர் கண்டனர்.

"தெய்வம் மனிதனையும் உயிர்களையும் மேம்படுத்துவதன் பொருட்டே முன்வைக்கப்படுகிறது. தெய்வத்திற்காக மனித வாழ்வு இல்லை.... தெய்வம் என்பது இயற்கையின் இறைமைத் தன்மையாக இங்கு வெளிப்படுகிறது. இக்கூறுகள் திணைக்குடிகளின் மனித, இயற்கை முதன்மையைக் கொண்ட திணைக்குடி வழிபாட்டைக் கொண்டிருக்கிறது" [123]

## பாலை - (செய்தி) தொழில்

'ஆறலைத்தல்' என்ற வழிப்பறி கொள்ளையே பாலை மக்களின் (ஆறலை கள்வர்) தொழிலாகியுள்ளது. ஆடுமாடு கவர்தல் இன்னொரு தொழில்.

மிகப்பிற்காலத்திலும் பாலைத்திணை மக்களின் வழிப்பறி என்ற தொழிலானது தொடர்ந்து வந்துள்ளதைக் காணமுடிகின்றது.

சேரமான் பெருமாள் நாயனார் காலம் சங்க காலத்திலிருந்து சுமார் ஆயிரமாண்டு பின்னாலானது. இக்காலத்துச் செப்பேடு ஒன்றில்,

"காஞ்சிபுரத்திலிருந்து வந்த வேளாளருக்குச் சிலபங்குகள் தரப்பட்டன. அதனை வேட்டுவர் முதலானவர் எதிர்த்தனர். அவர்களுடைய ஆடுமாடுகள் காணாமல் போகவே வேளாளர் மீண்டும் காஞ்சிக்குத் திரும்பினர்" [124] என்ற செய்தி உள்ளது.

"வேட்டுவர் சிலர் வேளாளரின் மாடுகளைக் கவர்ந்ததால் போர்மூண்டது" [125]

என்று முத்தூர்ப் பட்டயம் குறிப்பிடுகின்றது. அரேபிய பாலை நிலத்திலும் வழிப்பறி ஒரு தொழிலாக இருந்துள்ளது.

''முகமது தோன்றுவதற்கு அறுநூறு ஆண்டுகளுக்குமுன்பு இருந்த ரோம வரலாற்றாசிரியர் பிலினி, அராபியர்கள் மத்தியில் இயற்கையாக இருந்து வந்த ஆடுவளர்ப்பு, குதிரைவளர்ப்பு என்ற தொழில்களுடன் வழிப்பறி, வணிகம் என்ற இரு ஆதாயமான தொழில்களும் முக்கிய இடம் பெற்று வந்ததாகக் குறிப்பிட்டுள்ளார்.... மனிதகுலத்தின் காட்டுமிராண்டிக் கால வளர்பருவத்தில், வெகுவாகப் பெருமைப்படுத்தப்பட்ட வழிப்பறி என்ற இந்தப் பண்பானது போரை விரும்பிய மனிதரின் அரசியல் திறனாகப் பின்பு முதிர்ச்சி அடைந்தது''[126]

பாலையின் ஆநிரை கவர்தல் பிற்காலத்தில் போருக்கு முந்தைய நிகழ்வாக நம்மரபில் நீண்டுவந்திருக்கிறது. போரில் தோற்ற எதிரி நாட்டைச் சூறையாடுதலும் இப்பாலை நிலமரபின் தொடர்ச்சியே ஆகும்.

**பாலை - யாழ்**

தொல்காப்பிய அகத்திணையியலில்,

''தெய்வம் உணாவே மாமரம் புட் பறை

செய்தி யாழின் பகுதியொடு... கருஎனமொழிப'' [127]

என்று நிலத்திற்கான யாழ்பற்றியும், யாழின் பகுதி பற்றியும் குறிப்பிட்டுள்ளார். பாலை நிலத்திற்கான யாழ் என்பதை 'பண்-பாலை' என்று இளம்பூரணர் உரை வரைகின்றார்.

நச்சினார்க்கினியர், பாலைநிலத்திற்குரிய யாழ் என்பதை 'யாழ், பாலை யாழ்' என்று உரை வகுத்துள்ளார்.

பால் நிறைந்த தாவரம் பாலை என்று பெயர் பெறுகின்றது. இதன் இலை ஏழு பிரிவுகளைக் கொண்டாதாக இருக்கும்.

ஏழிலைப் பாலை - Seven leavedmilkplant - Alstonia Scholaris "Paalai is a musical scale of Seven notes''

''Note : It is interesting to note that paalai denotes also the seven leaved milk - plant, Alstonia Scholaris''[129]

''நிரை ஏழ் அடுக்கிய, நீள் இலைப்பாலை'' என்பது பரிபாடல் (21:13)

ஏழு சுரப்பண்கள் யாழ் என்ற பெயரிலிருந்து, பின்னாளில் பாலை என்ற புதுப்பெயர் பெறுகின்றன. ஏழு சுரப்பண்களுக்கு, ஏழுபிரிவான இலைகளுடைய 'பாலை'யின் பெயரைத் தமிழர் சூட்டியது மிகப் பொருத்தமாகத் தோன்றுகிறது. இதற்கு இசைவாக, பாலைத்தாவரம் நிறைந்த பாலைநிலத்தின் ஏழுசுரப்பண் 'பாலை' என்றும், 'பாலையாழ்'என்றும் பெயர் பெற்றுள்ளது.

என்னே! தமிழர் தம் இயற்கைப் பெருவாழ்வு!

இப்பாலை நிலப்பெரும்பண் (ஏழுசுரப்பண்) பாலை, பாலையாழ், மருவின்பாலை, அரும்பாலை, பஞ்சுரம் (பண்சுரம்), பழம்பஞ்சுரம், பழஞ்சுரம் என்றெல்லாம் பெயர் பெற்று, இக்காலம் 'சங்கராபரணம்' என்று அழைக்கப்படுகிறது.

இடமுறைத்திரிபில் (Anti clockwise rotation) தலைமைப் பாலையாக (குரல்குரலாக) வருவது இப்பாலையாழ்.[130] இது இன்றைய சங்கராபரணத்தைக் குறிப்பது.

வலமுறைத்திரிபில் (Clockwise rotation) தலைமைப் பாலையாக (குரல்குரலாக) வருவது இன்றைய அரிகாம்போதி (செம்பாலை). இதுவும் பாலையாழ் என்றே பெயர் பெற்றுள்ளது.

"பாலையாழ் என்பது வலமுறைத்திரிபில் அதன் தலைமைப் பாலையான செம்பாலை (அரிகாம்போதி)யையும், இடமுறைத்திரிபில் அதன் தலைமைப் பாலையான அரும்பாலை(சங்கராபரணம்)யையும் குறிப்பது.

எனவே இருமுறைகளின் தலைமை கருதி இருபண்களுக்கும் 'பாலையாழ்' என்ற சிறப்புப்பெயர். [131]

"ஆறலைகள்வர் படைவிட அருளின்

மாறுதலை பெயர்க்கும் மருவின் பாலை" [132]

ஐரோப்பிய இசையில் 'Major Scale' என்பதும், இந்துஸ்தானி இசையில் 'பிலாவல் தாட்' என்பதும் இந்தப் பாலையாழே (சங்கராபரணம்). நமது நாட்டுவாழ்த்து இப்பண்ணில் அமைந்துள்ளது.

'அரும்' எனில் மலை. அரும்பாலை(சங்கராபரணம்) - குறிஞ்சி திரிந்த பாலையின் பெரும்பண் என்று இதுபொருள்படுகின்றது. இப்பண்ணிற்கு 'அரும்பாலை' என்ற பெயர் பெருவழக்குப் பெற்றுள்ளது.

பாலை, பாலையாழ் எனச் சங்க இலக்கியங்களில் பதிவு பெற்ற இப்பண், சிலப்பதிகாரத்தில் 'அரும்பாலை' எனப்பெயர் கொண்டுள்ளது.

"செம்பாலை... படுமலை... அரும்பாலை..." [133] என்று சிலப்பதிகாரம் இப்பாலைப் பெரும்பண்ணைப் பதிவு செய்திருக்கின்றது.

'அரும்பாலை' என்பதை ஒருபாலை நிலத்தாவரமாக(மரம்) சாம்பசிவம்பிள்ளை அகராதி குறிப்பிடுகின்றது. [134]

## பாலைப்பாணி

பாலை நிலத்திற்காகத் தமிழர் வகுத்துக் கொண்ட பெரும்பண் பாலையாழ் என்ற அரும்பாலை (சங்கராபரணம்). சிறுபண் பாலைப்பாணி(சுத்தசாவேரி).

பாலைப்பாணி பண்டைநாளில் கொன்றை, கொன்றைக்குழல், கொன்றையம்தீங்குழல் என்றெல்லாம் அழைக்கப்பட்டுள்ளது.

''கொன்றையம் குழலர் பின்றைத் தூங்க''[135]

''கொன்றையம் தீங்குழல் மன்று தொறுஇயம்ப''[136]

''தோகை மாமலர்க் கொன்றை பாடி''[137]

''கொன்றைப் பழக்குழல் கோவலர்...''[138]

சிலப்பதிகார ஆய்ச்சியர் குரவையில், முல்லைநில ஆயமகளிர், மாயவனைப்பாடி குரவை ஆடும்பொழுது, ஒருபொருள்மேல் மூன்றடுக்கி வந்த மூன்று பாடல்களை இளங்கோவடிகள் மூன்று பண்களில் அமைத்துக் காட்டியுள்ளார்.

''கொன்றயந் தீங்குழல் கேளாமோ தோழீ''

''ஆம்பலந் தீங்குழல் கேளாமோ தோழீ''

''முல்லையந் தீங்குழல் கேளாமோ தோழீ''[139]

என்று மூன்று பாடல்களின் ஈற்றடியில் பாடல்வரும் பண்களையும் கூறுகின்றார்.

பாலைப்பாணி என்றும், கொன்றை(க்குழல்) என்றும் பண்டை நாளிலும், இற்றை நாளில் சுத்த சாவேரி என்றும் வழங்கிவரும், இப்பண் உலகப் பொதுவானது. ஐந்து சுர ஆதிப்பண்களில் இதுவும் ஒன்று. சீனம், இந்தோனேசியா போன்ற கீழை நாடுகளிலும் வழங்கிவரும் பண். இந்துஸ்தானியில் இப்பண் 'துர்க்கா' என்று பெயர் பெறுகின்றது. பக்திக்காலத்தில் இப்பண் 'பண்பழந்தக்கராகம் என்றாகியது.[140]

தேவாரப்பண்களில் ஒன்றான சுத்த சாவேரியை 'பண் பழந்தக்கராகம்' என தேவார காலத்தில் பெயர் பெற்றதாக அண்ணாமலை பண்ணாய்வு மன்றம் தெரிவிக்கின்றது.

ஆழ்வார் பாசுரங்களில் திருவாய்மொழி மற்றும் பெரிய திருமொழியிலும் இப்பண் 'பண்பழந்தக்க ராகம்' என்றே பதிவு பெற்றிருக்கின்றது.

இப்பண் ஈராயிரம் ஆண்டுகளுக்கும் மேலான தொன்மையை உடையது.

### பாலை - மேற்கோள் பட்டியல்

1. சங்கமரபு 217 -தமிழண்ணல்
2. சங்கமரபு பக். 222, 223
3. தொல்.பொருள். நூ.20 நச்சர்.
4. மேலது
5. மேலது நூ.24 இளம்.
6. தமிழிசைப் பேரகராதி. பக்.471 (இணைப்பு எண்4)
7. தேவநேயம் 113/11
8. சிறுபாண்.11
9. தொல். அகத். 5 இளம். உரை
10. தொல். அகத். 20 இளம். உரை
10அ. தொல். அகத் .4
11. சிலப்பதிகாரம் (காடுகாண்காதை) 11:64-66
12. சிலப்பதிகாரம் (அரங்கேற்றுகாதை) 3:16 அடியார்க்.உரை
13. தொல்காப்பியம் அகத்.5 இளம். உரை
14. சிலப்பதிகாரம் (வேனிற்காதை) 8:1-2

15. மேலது அடியார்க். உரை

16. தொல்.பொருள்.இளம்.உரை.பக்.28 (இளங்குமரனார்)

17. தொல்.பொருள்.(மரபியல்) 18

18. தொல்.பொருள்.(மரபியல்) 53

19. சிறுபாணாற்றுப்படை 154

20. அகநானூறு 245:18

21. தமிழ்நாட்டுச் செப்பேடுகள் தொகுதி-2. பக். 281 (ச.கிருஷ்ணமூர்த்தி)

22. தொல்.அகத்.9

23. தொல்.அகத். 10

24. பார்க்க.தொல்.அகத்.11 - 12. இளம்.உரை

25. சங்கமரபு பக். 316

26. பெரும்பாண். 3

27. ஐங். 361 : 2

28. சிலப். 11 : 62

29. சிலப். 13 : 36

30. சிலப். 8 : வெண்பா.2

31. புறம். 307 : 4

32. சீவக.2578

33. தேவநேயம் பக்.145 / 13

34. சிலப். 11 : 75 - 76

35. தொல். அகத். 9

36. மேலது நச்சர். உரை

37. புறம். 395 : 22

38. சிலப். 13 : 16

39. மேலது அடியார்க்கு நல்லார் உரை

40. சிலம்பு . அடியார்க்கு நல்லார் பதிக உரை

41. தொல். அகத் . 9

42. சென்னைப் பல்கலைத் தமிழ்ப் பேரகராதி பக். 407 (பிற்சேர்ப்பு)

43. சென்னைப் பல்கலைத் தமிழ்ப் பேரகராதி பக். 568

44. தேவநேயம் 145 / 13

45. குறுந். 314 : 6

46. நற்றிணை 99 : 3

47. அகம். 53 : 12

48. பெரும்பாண். 117

49. பெரும்பாண். 39

50. குறுந். 66 : 2

51. குறுந். 16 : 5

52. சிலம்பு. 72 அடியார்க். பதிக உரை

53. குறுந். 77 : 1-5

54. குறுந். 329 : 1-4

55. பெரும். 106

56. நற். 29 : 5

57. சிலப். 11 : 79

58. மேலது அரும்பத உரை

59. மேலது அடியார்க். உரை

60. மலைபடு. 15-16

61. சங்கமரபு.197

62. மேலது 285

63. புறம். 395 : 2

64. குறுந். 202 : 2

65. தொல். அகத். 14

66. ஐரோப்பிய அமெரிக்கத் தமிழியல் அறிஞர்கள் பக். 272

67. தொல். அகம்.15

68. தொல். அகம். 25

69. தொல். அகம். 33

70. தமிழில் பொருளிலக்கண வளர்ச்சி. பக்.147

71. தமிழில் பொருளிலக்கண வளர்ச்சி.பக்.146

72. சிலம்பு. (உவேசா பதிப்பு) பக்.18

73. தொல்.அகம். 13

74. சங்ககாலச் சமுதாயம் பக். 26-27

75. குறுந். 56

76. குறுந். 7

77. ஐங். 309 : 1-2

78. அகம். 21 : 5-6

79. திணைமாலை நூற்றைம்பது.87

80. தொல். கற்பியல் 44

81. அகம். 5 : 7, 26; பார்க்க. செலவழுங்குதல் - சங்க இலக்கிய ஒப்பீடு பக்.144

82. பட்டினப்பாலை 218 - 220.

83. நற்றிணை 284

84. சங்கமரபு 334

85. பதிற். 28 : 8 - 9

86. பதிற். 30 : 9, 13

87. சிறுபாண். 11

88. ஐங். 308 : 2,4

89. கலித். 2: 6 - 8

90. குறுந். 39 : 1 - 3

91. குறுந். 151 : 4

92. குறுந். 350 : 6 - 7

93. குறுந். 396 : 5, 7

94. நற்றிணை 99 : 1 - 3

95. அகம். 11 : 1 - 3

96. அகம். 89 : 1, 22

97. அகம். 164 : 1 - 2, 4 , 6

98. சங்கமரபு. 248

99. தொல். அகத். 20

100. மேலது இளம்பூரணர்

101. மேலது நச்சினார்க்கினியர்

102. சிலப். (வேட்டுவவரி) 12 : 40

103. சிலப். (காடுகாண் காதை) 11 : 209 - 10

104. அடியார்க்கு நல்லார் பதிக உரை

105. பொருநர் ஆற்றுப். 21

106. கலித்தொகை. 4 : 4 - 5

107. குறுந்தொகை 282 : 1

108. பார்க்க பக். 356, 358 - சங்கமரபு

109. சங்க இலக்கியப் பதிப்புகள் பக்.152 - இரா.ஜானகி

110. சங்க மரபு பக்.164

111. மேலது பக்.170

112. ஐரோப்பிய அமெரிக்கத் தமிழியல் அறிஞர்கள் பக்.272

113. தொல்.புறத். 73 நச்சர்.

113 அ. பார்க்க பாலைத்திணை

114. சங்கமரபு .225

115. குறுந்தொகை மூலமும் உரையும் - XXIX - உ.வே.சா

116. தொல்.அகத். 5. நச்சர்.

117. குறுந். 218 : 1

118. சிலப். (வேட்டுவவரி) 12 : 68

119. மேலது பாடல் எண் 5 : 1

120. சிலப். அடியார்க். பதிக உரை

121. பார்க்க : தமிழில் பொருளிலக்கண வளர்ச்சி பக். 395

122. திருமுரு. 258 - 259

123. காவ்யா தமிழ். அக் - டிச. 2013, பக். 88

124. தமிழ்நாட்டுச் செப்பேடுகள் தொகுதி 2 பக்.300 - ச.கிருஷ்ண மூர்த்தி

125. மேலது பக். 325

126. இசுலாமின் வரலாற்றுப் பாத்திரம் பக். 28.29 - எம்.என் ராய் (தமிழில் வெ.கோவிந்தசாமி)

127. தொல்.அகத்.20

128. சென்னைப் பல்கலைத் தமிழ்ப் பேரகராதி பக். 568

129. Music in Cilappathikaaram, p.7. S.Ramanathan

130. பார்க்க : தமிழிசைப் பேரகராதி பக்.61

131. பார்க்க : தமிழிசைப் பேரகராதி பக். 372

132. பொருந. 21 -22

133. சிலப். 3: 81 - 88

134. டி.வி.சாம்பசிவம் பிள்ளை அகராதி பக். 1514 / I

135. அகம். 54 : 11

136. நற். 364 : 10

137. திருவாசகம். திருப்பொற் சுண்ணம் 17

138. வளையாபதி 72 : 3

139. சிலப். 17 : (19) ; (20) ; (21)

140. தமிழிசைப் பேரகராதி பக்.304

# மருதம்

### மருதம் - திணை

வயலும், வயல் சார்ந்த மருத நிலம், அறுவகைப்பருவம், சிறுபொழுதான வைகறை (விடியல்) உரிப்பொருளான ஊடல், கருப்பொருள்கள், மக்கட்தொகுதி என்ற இச்சூழலின் உள்ளும் புறமுமான உறவின் ஊடாட்டமே மருதத்திணை.

"வேந்தன்மேய தீம்புனல் உலகமும்"[1] என்றும்

"வைகறை விடியல் மருதம்"[2] என்றும்

("புணர்தல், பிரிதல், இருத்தல், இரங்கல்), ஊடல் அவற்றின் "நிமித்தம் என்றிவை..."[3] என்றும் மருதத்திணையைத் தொல்காப்பியர் அடையாளப்படுத்துகிறார்.

'வேந்தன்' என்பதற்கு இந்திரன் என்றே பூரணரும் நச்சரும் உரைகாண்கின்றனர்.

"இந்திரன்மேவிய தீம்புனல் உலகமும்"[4]

"இந்திரன் காதலித்த தண்புனல் நாடு..."[5]

நச்சர் விரிவு கூறுவார். "இனி ஊடலும், கூடலுமாகிய காமச்சிறப்பு நிகழ்தற்கு மருத நிலத்துத் தெய்வமாக, "ஆடலும், பாடலும், ஊடலும்,

உணர்தலும்'' உள்ளிட்ட இன்ப விளையாட்டு இனிதின்நுகரும் இமையோர்க்கும் இன்குரல் எழிலிக்கும் இறைவனாகிய இந்திரனை ஆண்டையோர் விழவு செய்து அழைத்தலின் அவன் வெளிப்படுமென்றார்''[6]. சிலம்பின் 'இந்திர விழா' எண்ணற்பாலது.

திணை என்ற நிலையில் மருதத்திணை என்பது மருதநில ஒழுக்கமாகிய 'ஊடல்' என்பதையே குறிக்கும்.

"....இந்நான்கு பொருட்கும் பொதுவாதலானும், காமத்திற்குச் சிறத்தலானும் ஊடலை அதன்பின் கூறி இங்ஙனம் முறைப்படுத்தினர்"[7]

"ஊடுதல் காமத்திற்கின்பம் அதற்கின்பம்

கூடி முயங்கப்பெறின்''[8]

"மருதம் சான்ற மருதத் தண் பணை''[9]

மருதத்தின் ஒழுக்கமாவது ஊடலும், கூடலுமான இன்ப ஒழுக்கம். இவ்வொழுக்கம் சான்ற (பொருந்திய) மருதநிலம் என்பது மேற்கண்ட பாடல்கூறும் மருதத்திணை.

### மருதம் - மலர்

மருதம் என்ற மலர்ப்பெயரால் மருதநிலம்; மருதத்திணை; மருத உரிப்பொருளான மருதம்.

"குரு கிலை மருதம் விரிபூங்கோங்கம்''[10]

காஞ்சி என்ற ஆற்றுப்பூவரசும் மருத நில மலர்களில் பெரிதும் பேசப்படுவது.

"குறுங்கால் காஞ்சிக்கொம்பர்''[11] என்று சிறுபாண் ஆற்றுப்படை, காஞ்சி மரத்தை குளக்கரை மரமாகக் கூறும்.

''மருதத்திற்கு பூ - தாமரையும், கழுநீரும்'' [12]

மற்றும் ''......ஒன்றெென முடித்தலான் 'நீர்ப்பூ' முதலியனவும் அடங்கும்'' [13]

என்பார் நச்சர். மேலும்,

''தாமரை கண்ணியை தண்ணறுஞ் சாந்தினை

தேனிதழ்க் கோதையார் செய்குறி நீவரின்'' [14]

இது மருதப் பூ, குறிஞ்சிக் கண்வந்தது.

''....கடைஇய வாற்றிடை நீர்நீத்த வறுஞ்சுனை

யடையொடு வாடிய வணிமலர் தகைப்பன'' [15]

என்றெல்லாம் இதன் விரிவு கூறுகின்றார்.

''வெண்பூ மல்லிகை விரியலொடு தொடர்ந்த

தண்செங்கழுநீர்த் தூது விரி பிணையல்'' [16]

என மல்லிகையையும், கழுநீர்ப்பூவையும் மருத நில மலராகக் கூறுவார் இளங்கோவடிகள்.

தாமரை, கழுநீர்ப்பூ, குவளை, வஞ்சி, காஞ்சி. மருதம் முதலிய மலர்களை மருதநில மலராக தமிழ் அகப் பொருள் மரபில் காண்கிறோம்.

**மருதம் - நிலம்**

வயலும், வயல் சார்ந்த இடங்களும் மருத நிலமாகும்.

''வேந்தன்மேய தீம்புனல் உலகமும்'' [17]

நீர்நிறைந்த(நன்செய் நிலம்) வயல், குளம், குட்டை, ஊருணி, கண்மாய், கால்வாய், ஏரி, ஆறு வாய்க்கால் என்ற நீர்நிலைகளே மருதநில அடையாளங்கள்.

பண் என்ற சொல், பண்படுத்தி உருவாக்குவது என்று பொருள்தரும். எனவே முல்லை, குறிஞ்சி, நெய்தல் போன்றல்லாது, மானிடனால் செயற்கையாக உருவாக்கப்பட்ட நிலமே மருதம். எனவே மருதநிலமானது பணை, பண்ணை என்றெல்லாம் பெயர் பெறுகின்றது. ''வளநீர்ப் பண்ணையும் வாவியும் பொலிந்ததோர்'' என்பது சிலம்பு. (11:13) கூற்று.

''தண் பணை தழீஇய தளரா இருக்கை'' [18]

நண்பல உடைத்து அவன் தண்பணை நாடே'' [19]

மென்புலம் என மருதமும், நெய்தலும் அழைக்கப்பட்டுள்ளன.

''விளைவதை வினையெவன் மென்புல வன்புலக்

களமர் உழவர் கடிமறுகு பிறசார்'' [20]

''நீர்முதிர்பழனத்து மீனுடன் இரீஇ'' [21]

என மருதநிலம், பழனம் என்று குறிப்பிடப்படுகின்றது.

''அகவயல் இளநெல் அரிகாற் சூடு. '' [22] இங்கு வயல் என மருதநிலம் சுட்டப்பட்டுள்ளது.

''நறும் பூங்கோதை தொடுத்த நாட்சினை'' முதல் ''கவைத்தாள் அலவன் கலவையொடு பெறுகுவிர்'' என்று முடியும் (178 - 195) சிறுபாணாற்றுப் படையின் மருதநில வண்ணனை நவில்தொறும் நயம்பயப்பது.

''கோடை நீடக் குன்றம் புல்லென

அருவியற்ற பெருவறற் காலையும்

நிவந்துகரை யிழிதரு நனந்தலைப் பேரியாற்றுச்

சீருடை வியன்புலம்....'' [23]

என மருதநிலம் வியன்புலம் என்று சிறப்பிக்கப்பட்டுள்ளது.

வியன்புலம் என்பது குறிப்பாக முல்லை நிலத்தைச் சுட்டுவது. தமிழகம், விரிந்த காடுகளால் (முல்லைநிலம்) பெருமளவில் நிறைந்திருந்தது. காடுகொன்று நாடாக்கி (மருதநிலம்)யதால், மருதநிலம் வியன்புலம் என்றும் பெயர் பெற்றிருக்கிறது.

சிலம்பின் 1 - 5 மற்றும் 8 - 10 காதைகள் மருதநிலத்தில் நடப்பன.

## மருதம் - பெரும்பொழுது - அறுவகைப்பருவம்

மருதத்திற்கான சிறுபொழுது மட்டுமே தொல்காப்பியர் கூறுகின்றார்.

"பருவம் வரைந்தோதாமையின், அறுவகைப்பருவமும் கொள்ளப்படும். இது நெய்தற்கும் ஒக்கும்" [24] என்பார் பூரணர்.

ஆட்சி அதிகாரத்திற்கு உள்ளூர் (மருதநிலம்) தலைநகரும், கடல்படுபொருள்களுக்கும் கடல் வணிகத்திற்கும் துறைமுகத் தலைநகரும் (நெய்தல் நிலம்) மன்னர்களுக்குத் தேவைப்பட்டது. எனவே இவ்விரு நிலங்களுக்கும், சிறப்பிடம் தரப்பட்டு அறுவகைப் பருவமும் பெறுகின்றன.

(சேரர் - வஞ்சி, முசிறி

சோழர் - உறையூர், புகார்

பாண்டியர் - மதுரை, தொண்டி)

"வேனில் வந்திறுந்தென மாதவியிரங்கிய காதையும்" [25] என்ற சிலம்பு பதிகத்திற்கு,

"இளவேனில் வந்து தலைப்பட்டதாகப் பிரிந்த மாதவி வருந்திய காதையும்" [26] என வேனில் என்பதை இளவேனில் என்றே அடியார்க்கு நல்லார் உரை கூறுவார். எனவே அறுவகை பெரும்பொழுதினும் 'இளவேனில்' மருதத்திற்குச் சிறந்தது.

## மருதம் - சிறுபொழுது - வைகறை (விடியல்)

மருதத்திற்கான நாளின் சிறுபொழுது வைகறை என்ற விடியல்.

"வைகுறு விடியின் மருதம்...." [27]

"...... வைகறை யெனவுங்கூறுப அதுவும் பாடம் நாள் வெயிற் காலையை விடியல் என்றார்." [28]

"விடியல் வெங்கதிர் காயும்...." [29]

"விடியல் வைகறை...." [30]

"வதுவை யல்கமழ் நாற்றம் வைகறைப் பெற்றதை" [31] என்றது மருதக்கலி.

"காலை எழுந்து கருந்தேர் பண்ணி" [32]

"வைகறை யாயது இராப்பொழுதின் பிற்கூறு... விடியலாவது, பகற்பொழுதின் முற்கூறு" [33] என்பது இளம்பூரணரின் அழகியல் விளக்கம்.

"வான்கண் விழியா வைகறையாமத்து" [34] என்றது சிலம்பு.

வேளாண்மையை முதன்மைத் தொழிலாகக் கொண்ட மருத நிலத்தில், உழவுத்தொழில் தொடங்கும் நேரம் வைகறை விடியல். எனவே அதுவே நிலத்தின் சிறுபொழுதாயிற்று.

பரத்தைப் பிரிவால் வாடியிருக்கும் தலைவியிடம் ஊரார் அறியாது திரும்பி வரும் நேரம் வைகறை என்று பொருள் உரைப்பாரும் உண்டு.

## மருதம் - உரிப்பொருள் - ஊடல்

மருத நிலத்திற்கான உரிப்பொருள் ஊடல்.

"புணர்தல், பிரிதல், இருத்தல், இரங்கல், ஊடல்...." [35] என்பார் இளம்பூரணர்.

"ஊடல் என்பது மருதத்திற்குப் பெரும்பான்மையும் உரியவாகவும், சிறுபான்மை எல்லாப் பொருளும், எல்லாத் திணைக்கும் உரியவாகவும் கொள்ளப்படும்...." என்பார் மேலும்

"மருதம் சான்ற மருதந்தண்பணை என்புழி, மருதமென்றது வாடியுங் கூடியும் போகம் நுகர்தலை...." என்பது நச்சினார்க்கினியம்.

"ஊடல், உணர்தல், புணர்தல் இவை காமம்

கூடியார் பெற்ற பயன்" [36]

"ஊடற்கண் சென்றேன் மன் தோழி அதுமறந்து

கூடற்கண் சென்றது என்நெஞ்சு" [37]

"ஊடுதல் காமத்திற்கின்பம் அதற்கின்பம்

கூடிமுயங்கப் பெறின்" [38]

'புலவி நுணுக்கம்', 'ஊடல் உவகை' என்று இரண்டு அதிகாரங்களே படைத்து காமம், கூடல் ஊடல் பற்றிய நுணுக்கங்களைத் திருவள்ளுவர் தெரிவிக்கின்றார்.

".... ஊடலும் ஊடல் நிமித்தமும் என்ற பத்தும் ஆராயுங்கால் ஐந்திணைக்கும் உரிப்பொருளாம்.... மருதத்திற்கு ஊடலும் அவ்வந்நிமித்தங்களும் உரியவென்று ஆராய்ந்துணர்க... இந்நான்கு பொருட்கும் பொதுவாதலானுங் காமத்திற்குச் சிறத்தலானும், ஊடலை அதன் பிற் கூறி இங்ஙனம் முறைப்படுத்தினார்.... புலவி முதலியன ஊடலாம். பரத்தை, பாணன் முதலியோர் ஊடல் நிமித்தமாம். ஏனையவும் வழக்கியலான் நால் வகை நிலத்துஞ் சிறுபான்மை வருமேனும், பெரும்பான்மை இவை உரிய என்றற்குத் திணைக்கு உரிப்பொருளே என்றார்", என்று ஊடல் என்ற மருதநில உரிப்பொருளுக்கு விரிவு கூறுவார் நச்சர்.

சிலம்புள கொண்மென (9 : 73) என்பதனால் ஊடலும், விடுதல் அறியா விருப்பினன் (3 : 74), போற்றா ஒழுக்கம் புரிந்தீர் (16 : 81)

என்பனவற்றால் ஊடல் நிமித்தமும் - என்பது சிலம்பு பதிகத்தின் அடியார்க்கு நல்லார் உரை.

''புணர்தல், பிரிதல், இருத்தல், இரங்கல்
ஊடல் இவற்றின் நிமித்தம் என்றிவை
தேருங்காலைத் திணைக்குரிய பொருளே''[39]

**மருதம் - உணவு**

மருதநிலம் நீர்வளம் நிறைந்த நீர் வேளாண்மை நிலம். எனவே வெண்ணெல்லும், கன்னெல்லும் மருதநிலத்தின் முக்கியப்பயிர்கள்.

''தன்பணை தழீஇய தளரா இருக்கை
................ .................. ..............
தொல்பசி அறியாத் துளங்கா இருக்கை
மல்லல் பேர்ஊர் மடியின் மடியா
வினைஞர் தந்த வெண்ணெல் வல்சி
................... ................. ...................
கரும்பின் தீம்சாறு ............''[40]

''முள்அரித்து இயற்றிய வெள்அரி வெண்சோறு
............... .................. ......................
வெண்ணெல் அரிநர் ............''[41]

நன்னீர் மீனும், நண்டும் மருதநில உணவாகிறது.

''வலையோர் தந்த இளஞ்சுவல் வாளை
நிலையோர் இட்ட நெடுநாண் துாண்டில்
பிடிக்கை அன்ன செங்கண் வராஅல்
.................... ................. ...................
ஞெண்டு ஆடு செறுவில் ............''[42]

நெல்லும், சரும்பும், நன்னீர் மீனும், நண்டும் வளமையின் அடையாளங்கள்.

வானின் விசும்பும் (மழை), அதன் ஓட்டமான ஆறும், அதன் தேக்கமான குளமும் என்று நீரால் நிறைந்தது மருதநிலம். நீர் இந்நிலத்தின் வளமையைக் குறிக்கின்றது.

''நீர் இன்று அமையாது உலகு எனின் யார்யார்க்கும்

வான்இன்று அமையாது ஒழுக்கு'' [43]

**மருதம் - தெய்வம்**

''இனி ஊடலும், கூடலுமாகிய காமச்சிறப்பு நிகழ்தற்கு மருத நிலத்துத் தெய்வமாக ஆடலும், பாடலும், ஊடலும், உணர்தலும் உள்ளிட்ட இன்ப விளையாட்டு இனிதின் நுகரும் இமையோர்க்கும் இன்குரல் எழிலிக்கும் இறைவனாகிய இந்திரனை ஆண்டையோர் விழவுசெய்து அழைத்தலின் அவன் வெளிப்படுமென்றார்.

அது,

வையைப் புதுப்புனலாடத் தவிர்ந்தமை

தெய்வத்திற் றேற்றித்தெளிக்கு'' (கலித். 98)

என இந்திரனைத் தெய்வமென்றதலானும், இந்திர விழா வூரெடுத்த காதையானும் உணர்க என்பார் நச்சர். [44]

''அந்நகரின்கண் இந்திரனுக்கு விழாயெடுத்த காதையும்'' [45]

''விண்ணவர் கோமான் விழவு நாளகத்து என்'' [46]

என்று இந்திரனை விண்ணவர் கோமான் என்பார் இளங்கோவடிகள்.

''பண்டைக்காலத்தில் தன்னகரத்து விழாக் கொண்டருள வேண்டுமென்று இரந்த ஒரு சோழன் வேண்டுகோளுக்கு இந்திரன்

உடன்பட்டான் என்பதும், அதுதொடங்கி இந்திரவிழா இக்காவிரிப் பூம்பட்டினத்து நடைபெற்று வருகிறதென்பதும் மணிமேகலை விழாவறை காதையால் விளங்குகின்றன. இந்திரவிழா உண்டென்பதை வான்மீகி, காளிதாசர் முதலியோர் தத்தம் நூல்களில் குறிப்பித்திருக்கின்றனர்.''[47]

வடமரபில் மன்னனையே இந்திரனாகக் கட்டமைக்கும் வழமையுண்டு. இந்திரன் என்ற சொல் வேந்தன் என்று பொருள்படும்.

''வேந்தனே, அரசன், திங்கள், வியாழன், இந்திரன், ஆதித்தன்.'' [48]

மருதநிலத்தில் இந்திரனுக்கு விழா நடந்தது. இந்திரன் என்று அழைக்கப்பட்ட மன்னனே இந்நிலத்தெய்வம்.

''வேந்தன்மேய தீம்புனல் உலகமும்'' [49]

''முருகனும், இரவியும், மாயனும், வேந்தனும்

வருணனுமாக வகுத்தனர் கொளலே'' [50]

என்று வேந்தனையே தெய்வம் என்று தமிழ் நெறி விளக்கமும் கூறும்.

## மருதம் - யாழ் - மருதம் என்ற கோடிப்பாலை

ஆயிரக்கணக்கான ஆண்டுகள் பழமை கொண்டது தமிழ் இசை. இப்பெரும்பரப்பில் இலக்கியங்களிலும், உரை நூல்களிலும், நிகண்டுகளிலும் பெரிதும் பேசப்படும் நான்கு பெரும்பண்களில் (ஏழுசுரப்பண்) ஒன்று மருதம் என்ற கோடிப்பாலை. மருதயாழ் என்றும் பெயர்கொண்ட, மருதநிலப் பெரும்பண் இக்காலம் கரகரப்பிரியை என்று அழைக்கப்படுகின்றது.

''மருதத்துக்கு யாழ், மருதயாழ்'' [58]

''மருதத்திற்கு யாழ் மருதயாழ்'' [59]

பண்டைய ஏழ்பெரும் பாலைகளுள் ஒன்று ஏழ்வரிசையில் ஐந்தாவதாக வருவது.

"பண் நான்காவன பாலை, குறிஞ்சி, மருதம், செவ்வழி என்பன" [60]

"மருதம் பண்ணிய கடுங்கோட்டுச் சீறியாழ்" [61]

"யாழோர் மருதம் பண்ண" [62]

"கானவர் மருதம் பாட" [63]

"மாலை மருதம் பண்ணி" [64]

மருதநிலத்திற்குரிய மருதமலர்ப் பெயரையே இப்பண்ணிற்கு நம் முன்னோர் சூட்டியுள்ளனர்.

"மரவமும், நாகமும், மருதமும்" [65]

இடைக்காலத்தில் கோடிப்பாலை என்று இப்பண் பெயர் பெற்றுள்ளது. கொடி, கோடி, கொடிப்பாலை, கோடிப்பாலை என்றெல்லாம் இப்பண் அழைக்கப்பட்டுள்ளது.

"கோடி, விளரி, மேற்செம்பாலை" [66]

"கூறிய பட்டடை குரலாய் கோடிப்பாலையில் நிறுத்தி" [67]

"கூறிய பட்டடை குரலாய் கோடிப்பாலையில் நிறுத்தி என்றமையின், ஆனாய நாயனார் வேய்ங்குழலில் இசைத்தது கரகரப்பிரியா ராகமாதல் பெறுதும்" [68] என்பார் யாழ் நூலார்.

தமிழ் இசையின் தலைமைப் பாலையான செம்பாலை (அரிகாம்போதி)யின் இளி என்ற பஞ்சம சுரத்தால் (பண்பெயர்ப்பு) கோடிப்பாலை (கரகரப்பிரியை) கிடைப்பதால், இப்பண்ணிற்குப் பண் பஞ்சமம் என்ற பெயரும் வழங்கியுள்ளது.

(இளி - பஞ்சமசுரம் (ப))

"பஞ்சமம் பாடியாடும்" [69]

''பஞ்சமம் சிவணும் இன்னிசை''[70]

''சீருற்ற அகிற்புகை யாழ் நரம்பு பஞ்சமம்''[71]

தேவாரம் 3ஆம் திருமுறை பதிகம் 56 - 66, 7ஆம் திருமுறை பதிகம் 97 - 100 முதலியன பண் பஞ்சமம் என்ற இப்பண்ணில் அடைவு பெற்றவை.

''சொல் இரண்டாக்கி மிகு துாங்கிசை நேர்பஞ்சமத்திற்கு''[72]

எனவே இப்பண்ணிற்கு, பஞ்சமம், இளிப்பண், நேர்பஞ்சமம் என்ற பெயர்களும் வழக்கில் இருந்துள்ளன.

மருதநிலப் பெரும்பண்ணான மருதம் ஐரோப்பிய இசையில் , டோரியன் என்றும், இந்துத்தானி இசையில் காஃபிதாட் என்றும் அழைக்கப்படுகின்றது.

மருதத்தின் சிறுபொழுது வைகறை என்ற விடியல் (காலை). இந்த நேரத்திற்குரிய பண் கோடிப்பாலை. இந்தச் செய்தியை புறநானூற்றுப் புலவர் வன்பரணர் பதிவு செய்துள்ளார்.

''மாலை மருதம் பண்ணிக் காலைக்

கைவழி மருங்கில் செவ்வழி பண்ணி

வரவு எமர் மறந்தனர் .........''[73]

மருதம் காலையில் பாடும்பண் செவ்வழி மாலையில் பாடும் பண். இது இசைமுறையில் காலம் பாடும் மரபு. நள்ளியின் பரிசில் வரிசையில் தம்மை மறந்து பாணர் காலையில் செவ்வழியும், மாலையில் மருதமும் மாற்றிப் பாடுகின்றனர். இவ்வாறு காலைப்பண் மருதம் என்பதைப் புலவர் சுட்டிக்காட்டியுள்ளார்.

மானிட நாகரிக வரலாறே ஆற்றங்கரை நாகரிக வரலாறுதான். வயலும் வயல் சார்ந்த இடமும் மருத நிலம். வேளாண்மைச் செழிப்புள்ள நிலம். எனவே மக்களுக்கு ஓய்வு அதிகமுண்டு. இதனால்

இலக்கியமும், கலையும் செழித்து வளரும் நிலமாக மருதநிலம் விளங்கியுள்ளது.

ஆற்றங்கரையோரம், குளம், ஏரி, ஊருணி, கண்மாய், கால்வாய் என மருதநிலத்தில் நீர் நிலைதோறும் காணப்படுவது மருதமரம். அம் மருத மரங்களில் பூத்துக்குலுங்கும் மருதமலர்கள். அம்மலரால் நிலம் மருதநிலம்; திணை மருதத்திணை; நிலத்திற்கான பண்ணும் மருதப்பண் என்று பெயர் பெற்றுள்ளது.

''மருதத்திற்குப்பண் - மருதம்'' [74]

**மருதம் - யாழின் பகுதி - மருதப்பாணி**

மருதநிலத்திற்கான சிறுபண் மருதப்பாணி. ஆம்பல் என்பது மருதநில நீர் நிலைகளில் பூக்கும் மலர். அதன் பெயரால் ஆம்பல் குழல் என்றும் இப்பண் பெயர்பெற்றுள்ளது.

''ஆம்பலந் தீங்குழல் கேளாமோ தோழி'' [78] என்பது சிலம்பு.

''ஐயவி சிதறி ஆம்பல் ஊதி'' [76] என்று புறம் கூறும்.

''ஆம்பல்குழலால் பயிர்பயிர்எம் படப்பை'' [77] என்றது கலித்தொகை.

''காமரம் முன்பாடி'' [80] என்று தேவாரம் பாடும்.

அறுவகைப் பருவ காலங்களில், வேனில் (இளவேனில்) மருதநிலத்திற்கு சிறப்பான பெரும்பொழுது. எனவே நிலத்தின் பெரும் பொழுதால் வேனில்பாணி என்றொரு பெயரும் இப்பண்ணிற்கு உண்டு.

''வேனல் பாணி கலந்தாள்'' [81]

(வேனில் கோடைகாலம் : வேனல் கோடைக்கால வெப்பமென்காற்று)

மருதப்பாணி, ஆம்பல், ஆம்பல் குழல், காமரம், சீகாமரம், வேனில்பாணி, வேனல்பாணி என்றெல்லாம் காலந்தோறும் பெயர்பெற்ற இப்பண், இக்காலம் சுத்ததன்யாசி என்று அழைக்கப்படுகின்றது.

### மருதம் - மக்கள்

மருதநிலம் வேளாண் நிலம். எனவே உழவர் இந்நிலத்தின் சிறப்புக்குரிய மக்களாவர்.

"உரன்கெழு நோன்பகட்டு உழவர்...." [82]

"மகிழ்நன் மார்பே செய்யையால் நீ" [83]

மருதத் தலைவன் மகிழ்நன் என்றழைக்கப்படுகிறான்.

"நாடன் என்கோ? ஊரன் என்கோ?" [84]

இங்கு ஊரன் மருதத்தலைவன்.

இவ்வாறு ஊரன், மகிழ்நன் மருதநிலத் தலைமகனாகவும், கிழத்தி, மனைவி, மனையோள் மருதநிலத் தலைமகளாகவும் அழைக்கப்பட்டுள்ளனர். மள்ளர், உழவர், உழத்தியர், கடையர், கடைசியார், களமர் முதலியோர் மருதநில மக்களாவர்.

"மள்ளர் மள்ள, மறவர் மறவ" [85]

"கொண்டைக்கூழைத் தண்தழைக் கடைசியர்" [86]

"கள்ஆர் களமர் பெயர்க்கும் ஆர்ப்பே" [87]

### மருதம் - மேற்கோள் பட்டியல்

1. தொல்காப்பியம் அகத்திணையியல் நூற்பா 5
2. தொல்காப்பியம் அகத்திணையியல் நூற்பா 9

3. தொல்காப்பியம் அகத்திணையியல் நூற்பா 16
4. தொல்காப்பியம் அகத்திணையியல் நூற்பா 5 இளம்.
5. தொல்காப்பியம் அகத்திணையியல் நூற்பா 5 நச்சர்.
6. தொல்காப்பியம் அகத்திணையியல் நூற்பா 5 நச்சர்.
7. தொல்காப்பியம் அகத்திணையியல் நூற்பா 14 நச்சர்.
8. திருக்குறள் 1330
9. சிறுபாணாற்றுப்படை 186
10. குறிஞ்சிப்பாட்டு 73
11. சிறுபாணாற்றுப்படை 179
12. தொல்காப்பியம் அகத்திணையியல் நூற்பா 18 நச்சர்.
13. தொல்காப்பியம் அகத்திணையியல் நூற்பா 19 நச்சர்.
14. கலித்தொகை 52
15. கலித்தொகை 3
16. சிலப்பதிகாரம் 14 : 78-79
17. தொல்காப்பியம் அகத்திணையியல் நூற்பா 5
18. பெரும்பாணாற்றுப்படை 242
19. மலைபடுகடாம் 453
20. பரிபாடல் திரட்டு 1 : 26-27
21. அகநானூறு 46 : 4
22. பரிபாடல் திரட்டு 7 : 27
23. பதிற்றுப்பத்து 28 : 8-11

24. தொல்காப்பியம் அகத்திணையியல் நூற்பா 5 இளம்.

25. சிலப்பதிகாரம் பதிகம். 69-70

26. சிலப்பதிகாரம் பதிகம். 8 : 7

27. தொல்காப்பியம் அகத்திணையியல் நூற்பா 8

28. தொல்காப்பியம் அகத்திணையியல் நூற்பா 8 நச்சர்.

29. கலித்தொகை 45

30. அகநானூறு 196

31. கலித்தொகை 66

32. குறுந்தொகை 45

33. தொல்காப்பியம் அகத்திணையியல் நூற்பா 9 இளம்.

34. சிலப்பதிகாரம் பதிகம். 10 : 1

35. தொல்காப்பியம் அகத்திணையியல் நூற்பா 2 இளம்.

36. திருக்குறள் 1109

37. திருக்குறள் 1284

38. திருக்குறள் 1330

39. தொல்காப்பியம் அகத்திணையியல் நூற்பா 14

40. பெரும்பாணாற்றுப்படை 242, 253 - 255, 262

41. மலைபடுகடாம் 465, 471

42. மலைபடுகடாம் 455 - 457, 460

43. திருக்குறள் 20

44. தொல்காப்பியம் அகத்திணையியல் நூற்பா 5 நச்சர்.

45. சிலப்பதிகாரம் பதிக உரை (67) அடியார்க்கு நல்லார்

46. சிலப்பதிகாரம் பதிக உரை 5 : 240 அடியார்க்கு நல்லார்

47. மேலது அடிக்குறிப்பு

48. சூடாமணி 11 : 128

49. தொல்காப்பியம் அகத்திணையியல் நூற்பா 5

50. தமிழ் நெறி விளக்கம் நூற்பா 7

51. பட்டினப்பாலை 5 - 8

52. மேலது 283 - 284

53. திருக்குறள் 731

54. திருக்குறள் 736

55. திருக்குறள் 737

56. திருக்குறள் 738

57. திருக்குறள் 739

58. இறையனார் களவியல் உரை

59. தொல்காப்பியம் பொருளதிகாரம் நூற்பா 18 நச்சர்.

60. சிலப்பதிகாரம் பதிக உரை 14 : 160-167 அடியார்க்கு நல்லார்

61. மலைபடுகடாம் 534

62. மதுரைக்காஞ்சி 658

63. பொருநராற்றுப்படை 220

64. புறநானூறு 149 : 2

65. சிலப்பதிகாரம் 13 : 152

66. சிலப்பதிகாரம் 3 : 88

67. பெரியபுராணம் ஆனாய. 25

68. யாழ் நூல் 280

69. தேவாரம் 4 : 29 : 3

70. கம்பராமாயணம் யுத்த காண்டம் 87

71. ஆழ்வார் பாசுரம் 3651

72. திருமுறைகண்ட புராணம் 38

73. புறநானூறு 149 : 2 - 4

74. தொல்காப்பியம் பொருளதிகாரம் நூற்பா 20 இளம்.

75. சிலப்பதிகாரம் 17 : (2)

76. புறநானூறு 281 : 4

77. கலித்தொகை 108 : 62

78. மேலது நச்சர்.

79. சிறுபாணாற்றுப்படை 77

80. தேவாரம் 7 : 16 : 11

81. சிலப்பதிகாரம் 8 வெண்பா 2

82. சிறுபாணாற்றுப்படை 190

83. குறுந்தொகை 73 : 1

84. புறநானூறு 49 : 1

85. பெரும்பாணாற்றுப்படை 455

86. புறநானூறு 61 : 1

87. மதுரைக்காஞ்சி 260

# திணையில் ‘யாழ்’

சூழலியலில் முதல், உரிப்பொருட்கள் போல் கருப்பொருட்கள் வகிக்கும் பங்களிப்பு குறித்து தொல்காப்பியத்தின் அகத்திணையியலில் இரு நூற்பாக்கள் ஒரு நுட்பமான செய்தியைத் தெரிவிக்கின்றன.

‘‘முதல் கரு உரிப்பொருள் என்ற மூன்றே

நுவலுங் காலை முறை சிறந்தனவே

பாடலுட் பயின்றவை நாடும்காலை’’ [1]

‘‘பாடலுட் பயின்றவை நாடும்காலை - சான்றோர் செய்யுளகத்துப் பயின்ற பொருளை ஆராயுங்கால்...’’ என்று இதற்கு உரை கூறுவார் இளம்பூரணர். பாடல் உள் பயின்றவை என்பதிலுள்ள பாடல் என்ற சொல் முக்கியமானது.

‘‘தெய்வம் உணாவே மாமரம் புள் பறை

செய்தி யாழின் பகுதியொடு ...’’ [2]

இதற்கு உரை கண்ட நச்சினார்க்கினியர் கீழ்க்கண்டவாறு நுட்பமாகப் பொருள் வகுக்கின்றார் :

‘‘எல்லாத் திணைக்கும் தெய்வம், உணா, விலங்கு, மரம், புள், பறை, தொழிலென்று இவற்றை யாழின் கூற்றோடே கூட்டி ...’’ என்ற உரையில், யாழின் கூற்று என்பது நுட்பமான பகுதி. அதாவது முதல், உரி,

கருப்பொருளுடன் ஒரு புலமையாளர் செய்யுள் செய்யுங்கால், அப்பாடல்களை பண்(யாழ்)ணோடு கூட்டிய இசைப்பாடல்களாகவே பாடியுள்ள செய்தியை மிக நுட்பமாக நச்சினார்க்கினியர் புலப்படுத்துகின்றார்.

''முதலிற் கருவும் கருவின் உரிப்பொருளும் சிறந்துவரும்'' என்பார் நச்சர். கருப்பொருளுக்கு முதலிடம் தந்து.[3]

''முதற்பொருள் ஒழிய ஏனைய இரண்டும் வரின்

கருப்பொருளே திணையாகும்'' [4] என்று பூரணர் உரை கூறுகின்றார்.

''யாதானும் ஒரு நிலத்திற்குரிய பூவும், புள்ளும் அந்நிலத்தொடும், பொழுதொடும் வந்திலவாயினும், வந்த நிலத்தின் பயத்த ஆகும்.'' [5]

''நிலமும், காலமும் பற்றி வருவன கருப்பொருள்'' [6]

மேற்கண்ட கூற்றுகளின் முலம் சூழலில் கருப்பொருள் வகிக்கும் இன்றியமையாப்பங்கு பற்றி முதல் நூலாரும், நம் உரையாசிரியர்களும் மிக அழுத்தமாகவே பதிவு செய்கின்றனர்.

அத்தகைய கருப்பொருட்களின் தொகுதியிலே யாழின் பகுதி என்ற தொடரால் பண் என்பதைத் தொல்காப்பியர் இணைத்துக் கூறுகின்றார். இது ஒரு முக்கியமான விடயத்திற்கு நம்மை இட்டுச் செல்கிறது.

ஒவ்வொரு திணை(நிலம்)க்கும், முதலும், கருவும், உரியும் தனித்தனி தொகுதியாக அமைந்துள்ளதை தொல்காப்பியர் அகத்திணையியலில், மிக விரிவாகவே கூறுகின்றார். உரையாசிரியர்கள் நச்சரும், பூரணரும் அவ்வத்திணைக்குரிய யாழ் / பகுதி[7] குறித்து தமது உரைகளில் பதிவு செய்துள்ளனர். உரையாசிரியர்களின் இக்கூற்றோடு எல்லாத்திணைக்கும் யாழின் கூற்றோடு கூட்டி என்பதையும் ஒரு சேர வைத்து சிந்திக்குங்கால் அவ்வத்திணைக்குரிய பாடல்களை அவ்வத்திணைக்குரிய யாழுடனும் (பெரும்பண்), பகுதியுடனுமே (திறப்பண்கள்) சான்றோர் பாடியுள்ளனர் என்ற உண்மை நமக்குப் புலப்படுகின்றது.

சங்க இலக்கியத்துள் பரிபாடல் இசைப்பாடல்களாகும்,

"இன்னியல் மாண்தேர்ச்சி இசை பரிபாடல்"[8] என்ற பரிபாடல் அடி இவ்வுண்மையைக் கூறுகிறது.

பரிபாடல்கள் பாலைப்பண், நோதிறம், காந்தாரம் ஆகிய பண்களில் இசைப்படுத்தப்பட்டவை. பண் வகுத்தோர் பெயரும், புலவர் பெயரும் கூறும்போது புலவர்கள், பாடியவர் என்றே குறிப்பிடப்படுகின்றனர். எனவே பண் வகுத்துப் பின் பாடினர் என்பது இதன் மூலம் பெறப்படும்.

பாடல், பாட்டு, பாடப்பட்டோர், பாடியவர், பாடினோர், பாடினான், பாடினகவிகள், பாலை பாடிய பெருங்கடுங்கோ முதலிய சொல்லாட்சிகள் சான்றோர் ஆக்கங்கள் பாடப்பட்டவை என்பதற்கு அரண் செய்கின்றன.

சடங்குச் சமூக கால வேலன், தேவராட்டி, அகவன் மகள் ஆகியோர் பாடிய இசைப்பாடல் மரபை உள்வாங்கி வந்தவர்களே சங்க இலக்கியம் பாடிய சான்றோர். பாடினி ஔவை பாடிய பாடல்

"அகவன் மகளே பாடுக பாட்டே

இன்னும் பாடுக பாட்டே அவர்

நன்னெடுங்குன்றம் பாடிய பாட்டே"[9]

சங்க இலக்கிய பெரும்பரப்பை பாடியோராக பாடினி,[10] கூத்தன்,[11] பாணர்,[12] புலவன்[13] முதலியோர் குறிப்பிடப்படுகின்றனர். இவர்கள் இசை மரபையும், கூத்து மரபையும் சார்ந்தவர்கள் என்பது கவனிக்கத்தக்கது.

------- X -------

தமிழர் மரபில் தோற்றம் பெற்ற யாழ் என்ற நரம்பு இசைக்கருவியின் பெயரால், அதில் எழும் பண் (பெரும்பண்) யாழ் என்று பெயர் பெற்றுள்ளது.

"யாழ், குழல் என்னுங் கருவிப் பெயர் யாழ் கேட்டான், குழல் கேட்டான் என அவற்றானாகிய ஓசை மேலும் ஆகுபெயராய் நின்றன."[14] என்பார் சேனாவரையர்.

உரையாசிரியர் இளம் பூரணர் குறிஞ்சி, பாலை, மருதம், செவ்வழி என்று நிலத்திற்கான பெரும் பண்களைக் கூறுகின்றார்.[15]

இவ்வாறு குறிஞ்சி, பாலை, மருதம் என்று பூரணர் கூறுவதை குறிஞ்சியாழ், பாலையாழ், மருதயாழ் என்று நச்சினார்க்கினியர் குறிப்பிடுகின்றார்.[16]

யாழ் என்று குறிப்பிடப்படும் பண் என்பது பண், பெரும்பண், பாலை, தாய்ப்பண் என்றெல்லாம் மறுபெயர்களாலும் அழைக்கப்படுகின்றது. யாழ் என்று மேற்காட்டியவாறு ஏனைய பெயர்களாலும் கூறப்படுகின்ற பண்ணானது ஏழு சுரங்களைக் கொண்ட பண் ஆகும்.

(மேளம், கர்த்தா, மேளகர்த்தா, சம்பூரணம், சம்பூரணராகம், ஜனகராகம் (Generative Scale) என்றெல்லாம் ஏழுசுரப்பண்ணான யாழ் இக்காலத்தில் அழைக்கப்படுகிறது.)

பாலை என்ற பெயரும் யாழ் என்ற ஏழு சுரப்பண்ணிற்கு வழங்கியுள்ளது.

"அருளின் மாறுதலைப் பெயர்க்கும் மருவின் பாலை"[17]

"வல்லோன் தைவரு வள்ளுயிர்ப்பாலை"[18]

"தீந்தொடை நரம்பின் பாலை வல்லோன்"[19]

## திணையில் 'யாழ்' - மேற்கோள் பட்டியல்

1. தொல்காப்பியர் அகத்திணையியல் நூற்பா 3
2. தொல்காப்பியர் அகத்திணையியல் நூற்பா 20

3. தொல்காப்பியர் அகத்திணையியல் நூற்பா 3 நச்சர். உரை

4. தொல்காப்பியர் அகத்திணையியல் நூற்பா 3 பூரணர். உரை

5. தொல்காப்பியர் அகத்திணையியல் நூற்பா 21 பூரணர். உரை

6. தொல்காப்பியர் அகத்திணையியல் நூற்பா 19 பூரணர். உரை

7. பார்க்க திணையில் 'பகுதி' - என்ற கட்டுரை

8. பரிபாடல் 11 : 137

9. குறுந்தொகை 2 : 3

10. காக்கை பாடினியார் நச்செள்ளையார்

11. மதுரை இளம் பாலாசிரியன் சேந்தன் கூத்தனார், மதுரைக் காருலவியங் கூத்தனார், மதுரைக் கூத்தனார், மதுரை தமிழ்க் கூத்தனார், மதுரைத் தமிழ் கூத்தன் நாகன் தேவனார், முதுகூத்தனார், வேம்பற்றூர்க் கண்ணன் கூத்தன்.

12. நெடும்பல்லியத்தனார், நெடும்பல்லியத்தை

13. இருந்தையூர்க் கொற்றன் புலவர், உழுந்தினைம் புலவர்

14. தொல்காப்பியம் சொல்லதிகாரம் நூற்பா 117 சேனாவரையர் உரை

15. தொல்காப்பியம் அகத்திணையியல் நூற்பா 20 இளம்பூரணர் உரை

16. தொல்காப்பியம் அகத்திணையியல் நூற்பா 20 நச்சர். உரை

17. பொருநராற்றுப்படை 21 - 22

18. அகநானாறு 355 : 4

19. பதிற்றுப்பத்து 65 : 14

# திணையில் 'பகுதி'

அகத்திணையியலில் இரண்டு நூற்பாக்களில் திணைக்கான கருப்பொருள்களின் தொகையைத் தொல்காப்பியர் கூறுகின்றார்.

"தெய்வம் உணாவே மாமரம் புள் பறை

செய்தி யாழின் பகுதி யொடுதொகைஇ..." [1]

"எந்நில மருங்கின் பூவும் புள்ளும்" [2]

இத்தொகையுள் பகுதி என்பது பற்றி உரையாசிரியர் நச்சினார்க்கினியர் எதுவும் கூறாது யாழ் பற்றியே உரையில் குறிப்பிடுகின்றார். இளம் பூரணர் பகுதி பற்றி கீழ்க்கண்டவாறு குறிப்பிடுகின்றார்.

"யாழின் பகுதி என்பது பண். அதுசாதாரி" [3]

என்று முல்லை யாழின் திறப்பண்ணான சாதாரி பற்றி பூரணர் உரையில் கூறுகின்றார்.

சிலப்பதிகார நாடுகாண்காதையில்,

"அணைவுறக் கிடந்த யாழின் தொகுதியும்" [4] என்று இளங்கோ அடிகள் திறப்பண்களைக் கூறுகின்றார். யாழின் தொகுதி என்பதற்கு பாடபேதமாக யாழின் பகுதி என்று, பகுதி என்பதை அரும்பத

உரைகாரர் கொண்டபாடமாக உ.வே.சா. சிலம்பு பதிப்பில் குறிப்பிடுகின்றார்.

பகுதி என்பது நான்குசுர, ஐந்துசுர, ஆறுசுரப் பண்கள் மற்றும் பிறழ்ச்சிப்பண் (வக்கிரராகம்), அயல்வரவுப்பண் (பாசாங்கராகம்), ஒருஉப்பண் (வர்ஜராகம்) முதலிய பண்களைக் குறிக்கின்றது. இருப்பினும் யாழின் பகுதி என்பது பண் அது சாதாரி என்று இளம் பூரணர் குறிப்பிடுவதால் பகுதி எனும் திணைகளுக்கான திறப்பண் (சிறுபண்) ஐந்துசுரப் பண்களே என்று அறிய முடிகின்றது. சிறப்பாக இந்த ஐந்துசுரப்பண்கள் திறம் என்று பெயர் பெற்றுள்ளன."[5]

ஐந்துசுர திறப்பண்ணிற்குப் பாணி என்ற பெயரும் உண்டு.

"புறத்தொரு பாணியில் பூங்கொடி மயங்கி"[6]

இதற்கு உரை கூற வந்த அரும்பத உரைகாரர் "திறப்பண் பாடுகின்ற ஏல்வை - அப்பண்ணுக்கு அடைத்த பாட்டின் புறத்தொரு பாணி என்பது - நால்வகைச் சாதியாகிய பெரும்பண்களையாக்கி அதன் வழிப்பிரிந்த திறப்பண் பாடுகின்ற அளவிலே, பிரிவின்கண் வேனிற்பாணி பாட நினைந்தாள்"[7] என்று உரை கூறுகின்றார்.

பல்வேறு பாணி பற்றி சிலம்பில் இளங்கோவடிகள் குறிப்பிடுகின்றார்:

"குறத்தியர் பாடிய குறிஞ்சிப்பாணியும்"[8]

"பாடுதும் முல்லைத் தீம்பாணி என்றாள்."[9]

"தொடுப்பேர் உழவர் ஓதைப்பாணியும்"[10]

"கிணநிலப் பெருநர் வைகறைப்பாணியும்"[11]

"..... கானல் பாணி"[12]

"கோவலர் ஊதும் குழலின் பாணியும்"[13]

என்றவாறும், சிலம்பின் ஏனைய இடங்களிலும் ஐவகை நிலத்திற்கும் (முல்லைப்பாணி, குறிஞ்சிப்பாணி, நெய்தல்பாணி, பாலைப்பாணி, மருதப்பாணி) ஐந்து திறப்பண்கள் சிறப்பாகப் பாடப்பட்ட மரபை சிலம்பு பதிவு செய்கின்றது.

ஐந்துசுரத் திறப்பண்ணிற்கு பாணி என்பது போன்று குழல் என்றொரு சொல்லும் தமிழ் மரபில் உருவாகியுள்ளது. யாழ் என்ற இசைக்கருவியின் பெயர் பெரும்பண்ணிற்கு (ஏழுசுரப்பண்) அமைந்தது போன்று (புல்லாங்)குழல் என்ற இசைக்கருவியின் பெயரால் நிலத்தின் சிறுபண் (ஐந்துசுரப்பண்) குழல் என்று பெயர் பெறுகின்றது.

கொன்றையந் தீங்குழல், ஆம்பலந் தீங்குழல், முல்லையந் தீங்குழல் என்றெல்லாம் சிலம்பு ஆய்ச்சியர் குரவை குறிப்பிடுகின்றது.

"நோய் சேர்ந்த திறம்பண்ணி" [14]

"திறத்துவழிப்படூஉம் தெள்ளிசைக்கரணத்து" [15]

பண்ணியல் திறம் (பண்ணியல்) (6சுரப்பண் - சாடவம்), திறம் (5சுரப்பண் - ஔடயம்), திறத்திறம் (4சுரப்பண் - சதுர்த்தம்) என்றெல்லாம் பகுதி என்ற திறப்பண்கள் பெயர் பெறுகின்றன.

"பண், பண்ணியல் திறம், திறம், திறத்திறம் என்னுமிவை

சம்பூரணம், சாடவம், ஔடவம், சதுர்த்தம் என வடமொழிப் பெயரானும் இவை வழங்கும்." [16,17]

"திறத்திறம் - திறம் (சதுர்த்த ஔடவம்), திறத்திறம் - பண் (சதுர்த்த சம்பூரணம்), திறத்திறம் - பண்ணியல் (சதுர்த்த சாடவம்), திறம் - திறத்திறம் (ஔடவச் சதுர்த்தம்), திறம் - பண் (ஔடவச் சம்பூரணம்), திறம் - பண்ணியல் (ஔடவச் சாடவம்), பண் - பண்ணியல் (சம்பூரண சாடவம்), பண் - திறத்திறம் (சம்பூரண சதுர்த்தம்), பண் - திறம் (சம்பூரண ஔடவம்), பண்ணியல் - பண் (சாடவச் சம்பூரணம்), பண்ணியல் - திறம் (சாடவ ஔடவம்), பண்ணியல் - திறத்திறம் (சாடவ

சதுர்த்தம்)''[18] என்றெல்லாம் காலந்தோறும் இப் பகுதி என்ற திறப்பண்கள் வளர்ச்சி பெற்றுள்ளன.

ஒவ்வொரு பெரும்பண்ணிலும் (பாலை - ஏழுசுரப்பண்) தோன்றும் பகுதி என்ற, இருபத்தொரு திறப்பண்களை நம் முன்னோர் கண்டு உரைத்துள்ளனர்,

''மூவேழ் துறையும் முறை யுழிக்கழிப்பி'' [19]

''மூவேழ் துறையும் முட்டு இன்று போகிய'' [20]

''இசை ஏழுடன் பகுத்து மூவேழ் பெய்த ......... தொண்டு மீண்ட

பன்னீராயிரம் கொண்டனர் இயற்றல் கொளை வல்லோர் கடனே''[21]

''மூவேழு திறம்'' [22]

''நாற் பெரும் பண்ணும், எழு வகைப் பாலையும் மூவேழ் திறத்தொடு முற்றக்காட்டி'' [23]

''ஈரிரு பண்ணும் எழுமூன்று திறனும்'' [24]

''இருபத்தொரு மூர்ச்சனைகளையும் ஒரே நரம்பில் வாசித்துக் காட்டுவதற்கு'' [25]

ஒவ்வொரு தாய்ப்பண் என்ற பெரும்பண்ணிலும் (மேளகர்த்தா), ஆறு பண்ணணியலும் (சாடவராகம்), 15 திறங்களும் (ஔடவ ராகம்) தோன்றும், இவையே மூவேழ்திறம். அதாவது 21 சேய்ப்பண்கள் என்ற திறப்பண்கள் (சேய்ப்பண் - Derivative ); (தாய்ப்பண் - Generative).

## திணையில் 'பகுதி' - மேற்கோள் பட்டியல்

1. தொல்காப்பியம் அகத்திணையியல் நூற்பா 20

2. தொல்காப்பியம் அகத்திணையியல் நூற்பா 21

3. தொல்காப்பியம் அகத்திணையியல் நூற்பா 20 இளம் பூரணர் உரை

4. சிலப்பதிகாரம் 10 : கட்டுரை அடி. 13 அரும்பத உரை

5. தமிழிசைப் பேரகராதி பக். 288

6. சிலம்பு. 8 : 44

7. சிலப்பதிகாரம் அரும்பத உரை வேனல் பாணி - பார்க்க பக். 469 தமிழிசைப் பேரகராதி

8. சிலப்பதிகாரம் 27 : 224

9. சிலப்பதிகாரம் 17 (17)

10. சிலப்பதிகாரம் 27 : 230

11. சிலப்பதிகாரம் 13 : 148

12. சிலப்பதிகாரம் 8 : (2) : 4

13. சிலப்பதிகாரம் 27 : 241

14. கலித்தொகை 77

15. சிலப்பதிகாரம் 8 : 43

16. சிலப்பதிகாரம் 13 : 106 அடியார்க்கு நல்லார்

17. பார்க்க பக். 353 தமிழிசைப் பேரகராதி

18. பார்க்க பக். 287, 288, 351, 353 தமிழிசைப் பேரகராதி

19. புறநானூறு 152 : 20

20. புறநானூறு 166 : 8

21. சிலப்பதிகாரம் 3 : 45 அடியார்க்கு நல்லார் உரை

22. சிலப்பதிகாரம் 5 : 35 - 37 அடியார்க்கு நல்லார் உரை

23. பெருங்கதை 1 : 37 : 115, 116

24. பிங்கல நிகண்டு 1380

25. The legacy of India Ox. Press p.329 (யாழ் நூல் பக்.3)

# ஏழ் பெரும்பாலை

| | | |
|---|---|---|
| 1 | செம்பாலை | - அரிசைப்போதி |
| 2 | படுமலைப் பாலை | - நடுபாரி |
| 3 | செவ்வழிப் பாலை | - சுழற்றுப்பண் |
| 4 | அரும்பாலை | - சங்கராபாலை |
| 5 | கோடிப் பாலை | - காகரப்ரியா |
| 6 | விளரிப் பாலை | - தோடி |
| 7 | மேற்செம்பாலை | - கல்யாணி |

செம்பாலை... படுமலை... செவ்வழி... தரும்பாலை...
கோடிவிளரி, மேற் செம்பாலை... (சிலப். 3:61—69)

## ஏழு வகைப் பாலைத் தாவரங்கள்

ஏழு பாலை... ஏழு விதப் பாலைமரங்களாவன (1) செம்பாலை, (2) படுமலைப் பாலை, (3) செவ்வழிப் பாலை, (4) அரும்பாலை, (5) கோடிப்பாலை, (6) விளரிப் பாலை (7)மேற்செம் பாலை. The seven kinds of Palai trees classified as represented above.

NOTE: The correct botanical name of these names is determined with accuracy as the term contains either no names of different botanical genus and the plant contrast, it refer or pointed, called by 15 different botanical names. viz. (1) Mimusops hexandra, (2) Mimusops elengi, (3) Mimusops elliptica (4) Mimusops Roxbardii, (5) Mimusops kauki (6) Mimusops Indica, (7) Alstonia venenata (8) Echaritos acidissima (9) Tabernoemontana dichotoma (10) Wrightia tomentosa (11) Wrightia tinctoria, (12) Cryptostegia grandiflora (13) Nerium odoratum (14) Cryptostegia tinghosson and (15) Linaria Fortieri.

– T.V.Sambasivam pillai Dictionary p. 15141

"எழுபாலை - அரும்பாலையாகத் திருக்கப்படும்.

223 நா.மம்மது

# குறிப்புகள்